வாழ்வின் கொந்தளிப்புகளை கடந்த உயர்நிலைகள்

(Above Life's Turmoil)

ஜேம்ஸ் ஆலன்

(தமிழில் சே.அருணாசலம்)

வள்ளியம்மை பதிப்பகம்

mobile/WhatsApp: 91-8939478478

email: arun2010g@gmail.com

நூல் விவரம்

நூல் தலைப்பு : வாழ்வின் கொந்தளிப்புகளை கடந்த உயர்நிலைகள்

Book Title : Vazhlvin Konthalipugalai Kadantha Uyarnilaigal

ஆசிரியர் : ஜேம்ஸ் ஆலன்

தமிழில் : சே.அருணாசலம்

உரிமை@ : வள்ளியம்மை பதிப்பகம்

முதல் பதிப்பு : 2024

பக்கங்கள் : 186

தாள் : 70 ஜிஎஸ்எம்

அச்சகம் : Real Impact Solutions, Chennai- 600 004

வெளியீடு : வள்ளியம்மை பதிப்பகம்

      அலைபேசி: 91-8939478478

      மின்னஞ்சல்: arun2010g@gmail.com

விலை : ரூ 250/-

ISBN : 978-93-340-1980-3

உள்ளடக்கம்

முன்னுரை 1
1. உண்மையான மகிழ்ச்சி 3
2. பிறப்பு இறப்பிற்கு அப்பாற்பட்டு வாழும் மனிதன் 10
3. தன்னை வென்று ஆள்வது 17
4. தூண்டுதல் இச்சைகளின் மறைமுகமான பயன்கள் .. 24
5. நேர்மையான மனிதன் 37
6. நன்மை தீமைகளை ஆய்ந்துணர்வது 44
7. நம்பிக்கையே செயல்பாடுகளின் அடிப்படை 51
8. காப்பாற்றும் நம்பிக்கை 62
9. எண்ணமும் செயலும் 68
10. உங்களது மேலோங்கிய மனப்பான்மை 74
11. விதைப்பும் அறுவடையும் 80
12. நீதியின் ஆட்சி 88
13. தலையாய நீதி 98
14. பகுத்தறிவின் பயன் 108
15. சுய ஒழுக்கம் 119
16. மனத்திட்பம் 131
17. பேருவகை தரும் வெற்றி 140
18. மனநிறைவோடு செயல்படுவது 147
19. சகோதரத்துவம் என்னும் ஆலயம் 154
20. நிம்மதி இனிது மேவுமிடங்கள் 168
அச்சு புத்தக விலைப்பட்டியல் 179

முன்னுரை

நம்மால் புற உலக நிகழ்வுகளையோ அல்லது மற்ற மனிதர்களையோ நாம் வேண்டிய வண்ணம் மாற்ற முடியாது. உலகை நம் விருப்பத்துக்கு இணங்குமாறு செய்ய முடியாது. ஆனால், நம் ஆசைகள், உணர்வுகள், எண்ணங்கள் என நம் உள்ளத்தின் செயல்பாடுகளை நாம் நினைக்கும்படி மாற்றி அமைத்துக் கொள்ள முடியும். மனிதர்கள் மீது கொண்டிருக்கும் எண்ணங்களை நம் உள்ளத்தின் விருப்பம் போல மாற்றிக் கொள்ள முடியும். நமது மனதின் உள் உலகை-, மெய்யறிவிற்கு ஏற்ப திருத்தி அமைத்து கொண்டு புற உலகோடும், மனிதர்களோடும் உள்ள வேறுபாடுகளுக்கு இடையிலும் இயைந்து இருக்க முடியும். உலகின் கொந்தளிப்புக்களை நம்மால் தவிர்க்க இயலாது, ஆனால், நம் மன அமைதி குலையாமல் நாம் பார்த்துக் கொள்ளலாம். வாழ்வின் கடமைகளுக்கும், பிரச்சினைகளுக்கும் நாம் நம் கவனத்தை வழங்க வேண்டி இருக்கிறது. ஆனால், அவை குறித்த பதட்டங்கள், கவலைகளில் இருந்தும் விடுபட்டு நாம் மேல் எழ முடியும். நம்மை சுற்றி இரைச்சலான ஓசையிருந்தாலும் ஒரு அமைதியான மனதை நாம் பெற்று இருக்க முடியும். பொறுப்புக்களைச் சுமந்து இருந்தாலும்,

வாழ்வின் கொந்தளிப்புகளை கடந்த உயர்நிலைகள்

இதயம் இளைப்பாறுதலோடு இருக்க முடியும். நெருக்கடியான தவிப்புக்களுக்கு இடையிலும் நாம் நிலையான நிம்மதியை அறிந்து இருக்க முடியும். இந்த நூலில் இடம் பெற்று இருக்கும் இருபது கட்டுரைகளில், பல கட்டுரைகள் அவற்றின் பேசுபொருளில் ஒன்றோடு ஒன்று தொடர்பில்லாமல் இருந்தாலும், தன்னைத் தான் அறிவது, தன்னைத் தான் வெல்வது ஆகியவற்றின் உயர்நிலைகளை, நூலை வாசிப்பவர்களுக்கு சுட்டிக்காட்டும் உணர்வில் ஒன்றிசைந்து இருக்கும். உலக வாழ்வின் கொந்தளிப்புகளை கடந்த அந்த உயர்நிலைகளின் சிகரங்களில், சுவர்க அமைதியின் ஆட்சி நிலவும்.

ஜேம்ஸ் ஆலன்

சே.அருணாசலம்

1. உண்மையான மகிழ்ச்சி

மாற்ற முடியாத இனிமையான மனநிலையை எப்போதும் கொண்டிருப்பது, களங்கமற்ற கனிவான எண்ணங்களையே எப்போதும் எண்ணுவது, எல்லா சூழ்நிலைகளிலும் மகிழ்ச்சியாக இருப்பது என இத்தகைய அருளாசி பெற்ற நிலையும் இத்தகைய அழகிய குண இயல்பும் வாழ்வுமே ஒவ்வொருவரின் குறிக்கோளாக இருக்க வேண்டும், அதிலும் குறிப்பாக உலகின் துன்பத்தை குறைக்க எண்ணுபவர்களின் குறிக்கோளாக இருக்க வேண்டும். கடுமையான மனப்பான்மை, களங்கமான எண்ணங்கள், மகிழ்ச்சியற்ற மனநிலை என்பனவற்றிலிருந்து ஒருவன் விடு பெறாமல் இருந்து கொண்டு ஏதோ ஒரு வகையான கொள்கை அல்லது மதம் சார்ந்த ஏதோ ஒரு கருத்தை பரப்பி அவனால் இந்த உலகை மகிழ்ச்சியாக மாற்ற முடியும் என்று கற்பனை செய்கிறான் என்றால் அவன் ஒரு பெரிய மாயையில் சிக்கி இருக்கிறான். கடுமையான குணத்தை, களங்கமான எண்ணங்களை, அல்லது மகிழ்ச்சியற்ற மனோநிலை ஆகியவைகளோடு ஒருவன் தினசரி வாழ்வில் வாழ்கிறான் என்றால்,

அவன் ஒவ்வொரு நாளும் உலகின் துன்ப அளவை கூட்டுகிறான். எவன் நல்எண்ணங்களோடு தொடர்ந்து வாழ்கிறானோ, மகிழ்ச்சியில் இருந்து விலகாமல் இருக்கிறானோ, அவன் ஒவ்வொரு நாளும் உலகின் மகிழ்ச்சி அளவை கூட்டுகிறான். அவன் எந்த மதநம்பிக்கைகளைக் கொண்டு இருந்தாலும் சரி அல்லது மத நம்பிக்கைகள் அற்றவனாக இருந்தாலும் சரி, அவனது இந்த பங்களிப்பு அவற்றை சார்ந்து இல்லை.

எவன் ஒருவன் கனிவாக, மன்னிக்கும் குணமுடையவனாக, அன்பாக, மகிழ்ச்சியாக இருக்க இன்னும் கற்று இருக்கவில்லையோ அவன் மிக குறைவாகவே கற்று இருக்கிறான். அவனது நூல் அறிவு மிக பரந்ததாகவும் மத சாஸ்திரநூல்களை ஆழமாக கற்று அதில் புலமை பெற்றவனாக கூட இருக்கலாம். ஆனாலும், அன்பானவனாக, தூய்மையானவனாக, மகிழ்ச்சியானவனாக மலரும் பொழுது தான் ஒருவன் வாழ்வின் ஆழமான, உண்மையான, நிலையான பாடங்களைக் கற்று கொள்கிறான். எல்லா எதிர்ப்பான, கசப்பான சூழ்நிலைகளையும் தன் இடையறுந்து போகாத இனிமையான நடத்தை பண்புகளால் எதிர்கொள்வதே தன் மனதை கட்டுப்படுத்தி ஆளும் ஒரு ஆன்மாவின் இருப்பை உணர்த்தும் மறுக்க முடியாத அடையாளம்,

மெய்யறிவின் சான்று, உண்மை அங்கு உறைவதன் அத்தாட்சி.

ஒரு இனிமையான மகிழ்ச்சியான ஆன்மா என்பது அனுபவத்தாலும் மெய்யறிவாலும் கனிந்து இருப்பதாகும். வலிமையான ஆற்றலுடன் பரவுகின்ற அதன் தாக்கம் கண்களுக்கு புலப்படாது இருந்தாலும் அந்த தாக்கத்தின் நறுமணம் மற்றவர்களின் இதயங்களில் அகமகிழ்வை ஏற்படுத்தும், உலகை பரிசுத்தப்படுத்தும். உண்மையான மனிதத்துவத்தின் மாண்பும் பெருமையும் என்பது இனிமையாகவும் மகிழ்ச்சியாகவும் வாழ்வது தான். அப்படி வாழ வேண்டும் என்று மனதில் உறுதி ஏற்றுக் கொண்டால், இதுவரை அப்படி வாழாதவர்கள் அப்படி வாழ விரும்பினால், யார் வேண்டுமானாலும் இந்த நாள் முதல் அப்படி வாழத் தொடங்கலாம். உங்களது சூழ்நிலைகள் உங்களுக்கு எதிராக இருக்கின்றன என்று கூறாதீர்கள். ஒரு மனிதனது சூழ்நிலை எப்போதுமே அவனுக்கு எதிராக இல்லை, அவனுக்கு உதவுவதற்காகவே அது அப்படி இருக்கின்றது. எந்த வகையான புறச்சூழ்நிலைகளால் நீங்கள் உங்கள் இனிமையையும் மன நிம்மதியையும் இழக்கின்றீர்களோ, அது தான் உங்கள் வளர்ச்சிக்கு மிக தேவையானதாகும். அவற்றை எதிர்கொண்டு மீளும்போது மட்டும் தான் நீங்கள் கற்க முடியும்,

வாழ்வின் கொந்தளிப்புகளை கடந்த உயர்நிலைகள்

வளர்ந்து கனிய முடியும். தவறு உங்கள் மீது தான் இருக்கின்றது.

களங்கறமற்ற மகிழ்ச்சியே ஆன்மாவின் இயல்பான சரியான நிலை, தூய்மையான சுயநலமற்ற வாழ்வை வாழும் போது எவரும் அதை பெற்றுக் கொள்ளலாம்.

வாழும் எல்லா உயிர்களின் மீதும்

நல் எண்ணத்தோடு வாழுங்கள்,

இரக்கமற்ற தன்மை, பேராசை, வெறுப்பு ஆகியவை மடிந்து போகட்டும்,

தவழும் இளம் தென்றலாக உங்கள் வாழ்வு இருக்கட்டும்.

இது உங்களுக்கு மிக கடினமாக இருக்கிறதா? அப்படி என்றால் கலக்கமும் துக்கமும் உங்களோடு தொடர்ந்து உடன் இருக்கும். அந்த பேரருள் நிலையை உணர்ந்து அதை வரும்காலத்தில் விரைவாக, எளிதாக அடைவதற்கு உங்களுக்கு வேண்டியது எல்லாம் அதை அடைய முடியும் என்னும் நம்பிக்கையும் பேரார்வமும் மன உறுதியுமே ஆகும்.

மனச்சோர்வு அடைவது, எரிச்சல் படுவது, பதட்டம் அடைவது, முணுமுணுப்பது, கண்டனங்கள் தெரிவிப்பது, புலம்புவது,- இவை எல்லாம் எண்ணங்களில் உள்ள கோளாறுகள், மன நோய்கள். மன நிலை தவறாக இருப்பதன் அறிகுறி, இவற்றினால் துன்பப்படுபவர்கள் தங்கள் எண்ணங்களையும் ஒழுகும் முறைகளையும் சீர்படுத்திக் கொள்ள முயற்சிக்க வேண்டும். உலகில் பாவங்களும் துன்பங்களும் பெருமளவில் இருக்கின்றன என்பது உண்மை தான். எனவே, நம்முடைய அன்பும் இரக்கமுமே உலகத்திற்கு தேவை, நம்முடைய துன்பங்கள் அல்ல, அது ஏற்கெனவே அதிகமாக இருக்கிறது. நமது இன்முகமும் மகிழ்ச்சியும் உலகிற்கு தேவை, காரணமும் அது தான் குறைவாக இருக்கின்றது. அழகான வாழ்வையும் குண இயல்பையும் விட சிறந்த வேறொன்றை இந்த உலகிற்கு நாம் வழங்கி விட முடியாது. இவை இல்லாமல் மற்றவைகள் எல்லாம் வீணாகும். இது மாண்பு மிக்க சிறப்பாகும், நிலைத்திருக்க கூடியதாகும், உண்மையானதாகும், புறக்கணிக்க கூடாததாகும், அது எல்லா பேரருளையும் பெருமகிழ்ச்சியையும் உள்ளடக்கி உள்ளது.

உங்களைச் சுற்றி நடக்கும் தவறுகள் குறித்த எதிர்மறையான எண்ணங்களோடு சோர்வடைய

வாழ்வின் கொந்தளிப்புகளை கடந்த உயர்நிலைகள்

வேண்டாம். மற்றவர்களிடம் உள்ள தீங்குகளை பட்டியலிட்டவாறு அதற்கு எதிராக ஆர்ப்பாட்டம் செய்து கொண்டு இருக்க வேண்டாம். ஆனால் உங்கள் உள்ளத்தில் எந்த தவறும் தீங்கும் இல்லாமல் வாழத் தொடங்குங்கள். மன நிம்மதி, தூய்மையான மதம், உண்மையான சீர்திருத்தம் இதில் தான் அடங்கி இருக்கிறது. மற்றவர்கள் உண்மையாக இருக்க வேண்டும் என்றால் நீங்கள் உண்மையாக இருங்கள். உலகம் துன்பத்திலும் பாவத்திலும் உழல கூடாது என எண்ணினால் நீங்கள் அதிலிருந்து விடு பெறுங்கள். உங்கள் வீடும், சுற்றமும் மகிழ்ச்சியாக இருக்க வேண்டும் என எண்ணினால் நீங்கள் மகிழ்ச்சியாக இருங்கள். உங்களைச் சுற்றி உள்ள எல்லாவற்றையும் நீங்கள் மாற்ற முடியும், உங்களை நீங்கள் உள்ளிருந்து மாற்றிக் கொண்டால்.

"ஓலமிடாதீர்கள், புலம்பாதீர்கள்

நம்பிக்கை இழந்து செயலற்று போகாதீர்கள்,

தீயவைகளுக்கு எதிராக குரைத்து கொண்டு இருக்காதீர்கள்,

ஆனால் நன்மையின் இனிமையை பாடுங்கள்."

சே.அருணாசலம்

உங்கள் உள்ளிருக்கும் நன்மையை நீங்கள் உணரும் போது இதை நீங்கள் இயல்பாகவும் இயற்கையாகவும் செய்வீர்கள்.

2. பிறப்பு இறப்பிற்கு அப்பாற்பட்டு வாழும் மனிதன்

பிறப்பு இறப்பு ஆகியவற்றுக்கு அப்பாற்பட்ட வாழ்வு என்பது இங்கே, இப்பொழுதே நிகழக்கூடியது. இறந்த பின் தொடரக்கூடிய ஏதோ ஊகம் நிறைந்த ஒன்றல்ல. அது ஒரு மெல்லிய உணர்வு நிலை, அந்த நிலையில்-, உடலின் புலன் இன்பங்கள், அலைபாயும் மனதின் அசைவுகள், வாழ்வின் சூழ்நிலைகள்- நிகழ்வுகள் எல்லாம் கண நேரத்தில் மறையக்கூடிய ஒன்றாக, மாயையான இயல்பு கொண்டதாக காட்சி அளிக்கும்.

பிறப்பு, இறப்பு ஆகியவற்றுக்கு அப்பாற்பட்டது என்பது காலத்திற்குள் அடங்காது, அதை காலத்திற்குள் காண முடியாது. அது காலத்தை கடந்த நிலை. காலம் எப்படி இங்கே, இப்பொழுது இருக்கின்றதோ அது போல காலத்தை கடந்த நிலையும் இங்கே இப்பொழுதே இருக்கின்றது. காலத்திடமிருந்து நிறைவளிக்காத, நிலையில்லாத வாழ்வை கடைந்து எடுக்கும் தன் சுயத்தின் பிடியிலிருந்து ஒருவன் மீளும் போது ஒரு மனிதன் காலத்தை கடந்த நிலையை கண்டு உணர்ந்து அதில் நிலைத்திருக்க முடியும்.

சே.அருணாசலம்

மனிதன் புலன்களின் பிடியிலும் ஆசைகளிலும் முழ்கியிருந்து -, தனது தினசரி வாழ்வில் வந்து மறையும் புலனின்பங்களை, ஆசைகளை, நிகழ்வுகளை அவனது வாழ்வின் ஒரு பகுதி என பாவித்துக் கொண்டிருந்தால்-, பிறப்பு-இறப்பு கடந்த நிலை பற்றி அவனுக்கு எந்த தெளிவும் ஏற்படாது. தனது புலன்களின் வயப்பட்டு அதில் தொடர்ந்து ஏற்பட்டு கொண்டிருக்கும் மாற்றங்களை, காலத்தின் கோலங்களை , அதாவது, பிறப்பு-இறப்புக்கு உட்பட்டு தொடர்ந்து பாடுபட்டு கொண்டிருத்தலை அவன் விரும்பி அதையே பிறப்பு-இறப்பு கடந்த நிலை என்று தவறாக எண்ணுகிறான். தனது உடனடி ஆசைகளை, இச்சைகளை தூண்டிவிட்டு நிறைவேற்ற உதவுபவைகளை அவன் விரும்பி இறுக பற்றிக் கொண்டு வாழ்கிறான். தனது ஆசைகள், இச்சைகளை சார்ந்திராமல் அவன் எந்த உணர்வு நிலையையும் அனுபவித்திராததால், இதே நிலை தொடர வேண்டும் என ஏங்கி தவிக்கிறான். உலக வாழ்வின் இன்பங்களுக்கும் கொண்டாட்டங்களுக்கும் அடிமையாகி அவற்றை தன்னிலிருந்து பிரிக்க முடியாத பாகமாக எண்ணிக் கொண்டு அதை என்றாவது பிரியத் தான் வேண்டும் என்னும் எண்ணத்தை அடியோடு ஒழிக்க முயல்கிறான்.

வாழ்வின் கொந்தளிப்புகளை கடந்த உயர்நிலைகள்

பிறப்பு-இறப்புக்கு உட்பட்டு அதில் மட்டும் வாழ்வது பிறப்பு-இறப்பு கடந்த மறுமை நிலைக்கு எதிர் தத்துவமாகும் . அது ஆன்மீக இறப்பை ஏற்படுத்தும் நிலையாகும். நிலையில்லாமல் மாறிக் கொண்டிருப்பதே அதன் இயல்பாகும். பிறப்பு-இறப்பு என்பவை எப்போதும் தொடர்ந்து கொண்டே இருக்கும் நிலையாகும்.

உடல் இறப்பதாலேயே, இறப்பை கடந்தவன் ஆக ஒருவன் ஆகிவிட முடியாது. உடலில்லாத உயிரின் உணர்வுகளும் மனிதர்கள் போன்று தான், மாற்றத்துக்கும் இறப்புக்கும் உட்பட்ட தங்களது சிறிய வாழ்வை இடையறுந்த உணர்வுநிலையில் வாழும். தனது சுய ஆளுமையின் ஆசைகள் ,சுக போக புலனின்பங்கள் என்றும் தொடர வேண்டும் என்னும் தவிப்புடைய வாழ்வை வாழும் பிறப்பு-இறப்புக்கு உட்பட்ட வாழ்வை மட்டுமே கருதி வாழும் மனிதன்-, இறந்த பின்னும் இறப்பை கடந்த நிலையை எய்த முடியாது. சென்ற காலத்தை பற்றி எந்த நியாபக சுவடும் இல்லாமல்-, வருங்காலத்தை பற்றி எந்த தெளிவும் இல்லாமல் ஆரம்பமும் முடிவும் உள்ள இன்னொரு (பிறவியை)வாழ்வையே வாழ்கிறான்.

சே.அருணாசலம்

பிறப்பு-இறப்பு என்னும் நிலைக்கு அப்பாற்பட்ட வாழ்வை வாழும் மனிதன் யார் என்றால் காலத்திற்கு உட்பட்டவைகளை இறுக பற்றிக் கொள்ளாமல் துறந்து இருக்கின்றவன்.

நிலையில்லாமல் மாறிக் கொண்டே இருக்கும் சூழ்நிலைகளுக்கும் புலன்களுக்கும் அடிமையாகாமல் இருப்பதால்-, நிலையாக மாறாமல் இருக்கும் அவன் உயர்ந்த உணர்வு நிலை பாதிப்புக்கு உள்ளாகாமல் இருக்கும்.

ஊர்வலம் போன்று பேரணியாக நகர்ந்து வலம் வரும் நிகழ்வுகள் கொண்டதே மனித வாழ்வு, இந்த பேரணி வலம் வருதலில் இவ்வுலக வாழ்வை மட்டுமே கருதுபவன் அதில் ஈடுபட்டு முழ்கி போகிறான், அந்த அலையால் அடித்து செல்லப்படுகிறான். அவ்வாறு அடித்து செல்லப்படுவதால் அவனுக்கு முன்னும் பின்னும் இருப்பவைகளை பற்றி அவனுக்கு எந்த தெளிவும் இல்லாமல் இருக்கிறது. இவ்வுலக வாழ்வில் தன்னை தொலைத்திடாமல் வாழும் மனிதன் அப்பேரணியிலிருந்து தன்னை விலக்கிக் கொண்டு, அசையாமல் ஒரிடத்தில் சாட்சியாக நின்று அதை கவனிக்கிறான். எனவே, நகர்ந்து வலம் வரும் வாழ்வு என்னும் அந்த பேரணியின் தொடக்கம், இடை, முடிவு என்னும் முப்பகுதிகளையும் காண்கிறான். தன் சுய ஆளுமையின்

வாழ்வின் கொந்தளிப்புகளை கடந்த உயர்நிலைகள்

உந்துதல்களோடும் மாறிய வண்ணம் இருக்கும் அதன் எண்ணங்களோடும் அல்லது புற மாற்றங்களினால் ஆன காலத்தால் அளக்கப்படும் வாழ்வோடும் தன்னை அடையாளப்படுத்திக் கொள்ளாமல் தனது விதி, மனிதர்களின் விதி, தேசங்களின் விதி ஆகியவற்றை உற்று நோக்கும் உணர்வு வயப்படாத சாட்சியாளன் ஆகிறான்.

உலக வாழ்வை மட்டுமே கருதி வாழும் மனிதன், ஒரு கனவில் அகப்பட்டு இருப்பவன் ஆவான். அவன் கனவுக்கு முன் விழித்து இருந்ததையும் அறிய மாட்டான், கனவுக்கு பின் விழிக்கப் போவதையும் அறிய மாட்டான். அவன் எதையும் புரிந்து கொள்ளும் நிலையில் இல்லாததால், அவனது கனவில் சிக்கி தவித்துக் கொண்டிருப்பவனாக இருக்கிறான். பிறப்பு-இறப்பிற்கு அப்பாற்பட்டு உலக வாழ்வை கடந்த நிலையில் வாழும் மனிதன் கனவில் இருந்து விழித்து எழுந்தவன் போலானவன். அவன் கண்ட கனவு உண்மை அல்ல, மாறும் ஒரு பொய் தோற்றம் என்று அறிவான். அவன் மெய்யறிவு மிக்கவன், காலத்திற்கு உட்பட்ட உலக வாழ்வு, காலத்திற்கு உட்படாத உலக வாழ்வை கடந்த வாழ்வு ஆகிய இரண்டு நிலைகளை பற்றிய புரிதலும் அவனுக்கு உண்டு. அவன் தன்னை முழுமையாக வென்று ஆள்பவன்.

பிறப்பு-இறப்புக்கு உட்பட்ட உலக வாழ்வை மட்டுமே கருதுபவன் தொடக்கமும் முடிவும் கொண்ட காலத்தில் வாழ்கிறான் அல்லது தொடக்கமும் முடிவும் கொண்ட, உலக வாழ்வை மட்டுமே அடிப்படையாகக் கொண்ட ஒரு உணர்வு நிலையில் வாழ்கிறான். பிறப்பு-இறப்புக்கு உட்படாத நிலையில் வாழ்பவன் தொடக்கமும் முடிவும் அற்ற காலத்தை கடந்த நிலையில் வாழ்கிறான் அல்லது தொடக்கமும் முடிவும் அற்ற இந்த கணப்பொழுதில், சுவர்க வாழ்வை அடிப்படையாக கொண்ட ஒரு உணர்வு நிலையில் வாழ்கிறான். அத்தகையவன் அனைத்து மாற்றங்களுக்கு இடையிலும் கலங்காது நெஞ்சுறுதியோடு இருக்கிறான். அவனது உடலின் இறப்பு அவன் கொண்டிருக்கும் தொடர் உணர்வுநிலைக்கு எந்த தடங்கல்லையும் ஏற்படுத்தாது. "அத்தகையவன் மரணத்தை சுவைக்க மாட்டான்" என்று கூறப்படுகிறது. காரணம் அவன் பிறப்பு-இறப்பு என்னும் ஆற்றின் கரைகளை கடந்து, தன்னை உண்மையின் உறைவிடத்தில் தன்னை நிலை நிறுத்திக் கொண்டுள்ளான். உடல்கள், சுய ஆளுமைகள், தேசங்கள், உலகங்கள் மறையும், ஆனால் உண்மை நிலைத்திருக்கும். அதன் பேரொளி காலத்தால் மங்காது. எனவே, தன்னை கட்டுப்படுத்தி

வாழ்வின் கொந்தளிப்புகளை கடந்த உயர்நிலைகள்

ஆள்பவனே காலத்தை கடந்த நிலையில் வாழ்பவன். தன் ஆணவ அகம்பாவ சுயநல எண்ணங்களை முன்னிறுத்திக் கொள்ளத் துடிக்கும் தன் ஆளுமையின் ஆற்றல்களோடு தன்னைத் தொடர்புடுத்திக் கொள்ளாதவன். அந்த ஆற்றல்களை சரியான திசையில் வழி செலுத்த கற்றறிந்தவன். எல்லாவற்றின் உள்ளிருந்து இயங்கும் ஆற்றல்களோடு அவை பிறப்பெடுக்கும் மூலத்தோடும் தன்னை ஒத்திசைந்து கொண்டுள்ளவன்.

என்றும் அழியாத பேருண்மை வாழ்வை உணர்ந்து காலத்தை கடந்து இருக்கும் நிலையான மாற்ற முடியாத மெய்மைகளை தன் இதயத்திலும் மனதிலும் பதியவைத்து கொண்டவனுக்கு, வாழ்வின் போராட்டங்களும் துன்பங்களும் முடிவுக்கு வந்து விட்டன, சந்தேகமும் அச்சமும் தூக்கி எறியப்பட்டு விட்டன, இறப்பு என்பது அவனுக்கு இல்லை.

சே.அருணாசலம்

3. தன்னை வென்று ஆள்வது

"தன்னை வெல்வது", "ஆசைகளை விட்டொழிப்பது", "தன் சுய ஆளுமையைத் துறப்பது" போன்ற சொற் தொடர்கள் குறித்து மிகப் பலரும் குழப்பமான, தவறான கருத்துக்களைக் கொண்டிருக்கிறார்கள். சிலர் (அதிலும் குறிப்பாக புத்திசாலித்தனமாக வாக்குவாதம் புரிவதற்கு பெயர் போனவர்கள்) அதை வாழ்வுக்கும் நடத்தைக்கும் அப்பாற்பட்டு புலப்படாத ஆன்மீகத் தத்துவ கருத்தாக பார்க்கிறார்கள். மற்றவர்களோ, அது வாழ்வின் உயிர்துடிப்பை, ஆற்றல் மற்றும் செயல்பாடு என எல்லாவற்றையுமே சிதறப்படிதாக, ஓர் உயிர் துடிப்பற்ற ஒரு தேக்க நிலையை ஒரு உயர்நிலையாக காண்பிக்கும் முயற்சி என முடிவு கட்டுகிறார்கள். தனிநபர்களின் மனங்களின் மேல் எழும் இத்தகைய குழப்பங்கள் மற்றும் தவறுகள் அந்தத் தனிநபர்களின் முயற்சியால் மட்டுமே நீங்கும். என்றாலும் அவற்றை வேறு வகையில் தெளிவுபடுத்தினால் (உண்மையை குறித்த தேடலில் ஈடுபட்டுள்ளவர்களுக்கு) அதை நீக்குவதில் உள்ள கட்டத்தின் அளவு குறையும்.

வாழ்வின் கொந்தளிப்புகளை கடந்த உயர்நிலைகள்

தன்னை வெல்வது அல்லது சுயத்தை விட்டொழிப்பது என்ற போதனையின் உள்ளர்த்தம் ஆவது எந்த குழப்பமுமற்ற எளிமையே; அது எந்த அளவுக்கு எளிமையானது, கடைபிடிக்க ஏற்றது, கைக்கு எட்டும் தூரத்தில் உள்ளது என்றால்-, சித்தாந்தங்கள், மதக் கோட்பாடுகள், ஊகத்துக்கு உட்பட்ட தத்துவங்கள் என்னும் மேகங்களால் சூழப்படாத ஓர் ஐந்து வயது நிரம்பிய குழந்தையின் மனதால் அதை சுலபமாக உணர முடியும். வயதான பெரியவர்களோ, குழப்பமும் சிக்கலுமான கருத்துக்களை உள்நிரம்ப ஏற்றுக்கொண்டு எளிமையான அழகான உண்மைகளுக்கு தங்கள் உள்ளக் கதவைத் தாழிட்டு கொண்டுள்ளார்கள்.

சுயத்தை விட்டொழிப்பது என்பது ஆன்மாவின் களைகளை பிடுங்கி எறிவது ஆகும், காரணம் அவை பிளவு, போராட்டம், துன்பம், நோய், துக்கம் ஆகியவைகளை நோக்கி ஆன்மாவை அழைத்துச் செல்கின்றன. நிம்மதியை பெருக்கும், நன்மையான, அழகிய குணங்களை விட்டொழிப்பது சுயத்தை விட்டொழிப்பதாகாது. எடுத்துக்காட்டாக, தூண்டுதலின் காரணமாக ஒருவன் எரிச்சல்காரனாகவோ அல்லது கோபக்காரனாகவோ மாற நேர்கிறது என்னும் போது அவன் பெருமுயற்சி

மேற்கொண்டு அந்த சுயநல மனப்பாங்கை தன்னுள் இருந்து களைந்து எறிந்து பொறுமை, அன்பு என்னும் உணர்வால் செயல்படுகிறான் என்றால், தன்னை அடக்கி ஆளும் அந்த நொடியில் அவன் சுயத்தை விட்டொழிப்பதை நடைமுறைப்படுத்துகிறான். மேன்மை குணம் நிறைந்த ஒவ்வொரு மனிதனும் அதை பகுதி அளவிலாவது நிச்சயம் கடைப்பிடிக்கிறான். அவனே கூட அவ்வாறு அவன் கடைப்பிடிப்பதை வார்த்தைகளில் மறுக்கலாம். எவன் ஒருவன் இந்த சுய விட்டொழிப்பை முழுமையாக கடைப்பிடிக்கிறானோ, தனது ஒவ்வொரு சுயநல உந்துதல்களையும் களைபறித்து தெய்வீக அழகிய குணங்கள் மட்டுமே தங்கியிருக்க வழிசெய்கிறானோ அவன் சுயத்தை விட்டொழித்து (சுயத்தின் எல்லா கூறுகளையும்) மெய்மையை அடைந்தவன் ஆகிறான். விட்டு ஒழிக்கப்பட வேண்டிய சுயம் என்பது துக்கத்தை உருவாக்கக்கூடிய பத்து கீழ்காணும் உந்துதல்களால் ஆனது;

வாழ்வின் கொந்தளிப்புகளை கடந்த உயர்நிலைகள்

இழிநிலை இச்சை

காழ்ப்புணர்வு

பேராசை

தன் நுகர்வு, தன் ஆணவ, அகம்பாவத்தை முன்னிறுத்துதல்

தன் முனைப்பு

வீண் ஆரவாரம்

தற்பெருமை

சந்தேகம்

இருள் நம்பிக்கை

மாயை

இந்த பத்து உந்துதல்களே சுயநல ஆசை என்பதன் உடலாகும். இவற்றை மிச்சம் மீதமின்றி துறப்பது தான் தன்னை வென்று ஆள்வது ஆகும். இந்த பத்து உந்துதல்களை விட்டொழிக்க மேற்கொள்ளப்படுகின்ற "தன்னை வெல்லும் இந்த முயற்சி" பத்து மேன்மை குணங்களைப் பண்பட்டு வளர்க்க, கடைப்பிடிக்க, பாதுகாக்க கற்றுத்தரும். அந்த பத்து மேன்மை குணங்கள் வருமாறு:

சே.அருணாசலம்

தூய்மை

பொறுமை

பணிவு

தான் என்பதை ஈகம் புரிவது

தன்னம்பிக்கை

அச்சமின்மை

தெளிந்த அறிவு

மெய்யறிவு

இரக்கம்

அன்பு

இந்த பத்து மேன்மை குணங்கள் மெய்மையின் உடலாகும். அவற்றில் முழுமையாக வாழ்வது உண்மையாக செயல்படுவதாகும், மெய்யறிவை உணர்வதாகும், மெய்மையில் கலப்பதாகும். . பத்து உந்துதல்களின் கலவை தான் சுயம் அல்லது சுய ஆளுமை என்பதன் கூறுகளாகும். பத்து நற்குணங்களின் கலவை தான் உண்மை என்பதன் சாரம்சமாகும். தான் என்ற ஒன்று அற்ற நிலையில் செயல்படுவதாகும், பிறப்பு-இறப்புக்கு அப்பாற்பட்டு உண்மையில் வாழும் ஒருவனாக ஆவாதாகும்.

இதில் இருந்து காண முடிவது “தன்னை வெல்வது” என்பது சிறந்த, உண்மையான, நிலையான என்று சொல்லப்படும் எந்த நற்குணத்தையும் ஒழிப்பது ஆகாது. ஆனால் சிறப்பற்ற, பொய்யான, விரைவில் அழியத்தக்கது என சொல்லப்படும் தீயகுணத்தை ஒழிப்பதே ஆகும். இந்த “தன்னை வெல்வது” ஒரு போதும் மகிழ்ச்சி, உவகை, ஆனந்தம் ஆகியவைகளை இழக்கச் செய்யும் ஒன்றல்ல, மாறாக அவை நிலையாக இருக்க மகிழ்ச்சியை பெறும் நற்குணங்களோடு இயைந்து வாழ்வதாகும். அது கொண்டாட்டத்தை அனுபவிக்க துடிக்கும் துடிதுடிப்பை ஒழிப்பதாகும். கொண்டாட்டத்தை ஒழிப்பதல்ல. இன்பத்துக்கான தவிப்பை ஒழிப்பதாகும், இன்பத்தை அல்ல. அன்பு, ஆற்றல், உடைமை ஆகியவைகளின் மீதான சுயநலமான ஏக்கத்தை கைவிடுவதாகும். அன்பு, ஆற்றல், உடைமை ஆகியவைகளை கைவிடுவதல்ல. மனிதர்கள் இடையே ஒற்றுமை, நல்லிணக்கம் மலர்ந்து அவை தொடர்ந்து நீடிக்க வழிசெய்வதாகும். உயிர்துடிப்பற்ற நிலையை, தேக்க நிலையை இலக்காக கொண்டு செயல்படும் ஒன்றல்ல. நன்மையான, சிறப்பான, பயன்தரத்தக்க, நிலைத்த செயல்பாடுகளை மனிதர்கள் கடைபிடிக்கச் செய்வதாகும். . குறிப்பிடப்பட்ட பத்து உந்துதல்கள் அல்லது அவற்றில் சிலவற்றில் இருந்து எவனது செயல்பாடுகள் புறப்படுகின்றதோ அவன் உண்மையை மறுத்து தன் ஆன்மாவை

காப்பாற்றத் தவறுகிறான். குறிப்பிடப்பட்ட பத்து நற் குணங்கள் அல்லது அவற்றில் சிலவற்றில் இருந்து எவனது செயல்பாடுகள் புறப்படுகின்றதோ அவன் உண்மையில், மெய்யறிவில் செயல்பட்டு தன் ஆன்மாவை காப்பாற்றுகிறான்.

இவ்வுலக வாழ்வை சார்ந்த பத்து உந்துதல் குணங்களில் பெரும்பாலும் வாழ்பவனுக்கு, ஆன்மீக மெய்மைகளை பார்க்கவும் கேட்கவும் மறுப்பவனுக்கு, தான்-சரணடைதல் என்ற கோட்பாட்டில் எந்த ஈர்ப்பும் ஏற்படாது, தன் இருப்பை முழுதும் ஒழிக்கக் கூடிய ஒன்றாக அது அவனுக்கு தோன்றும். சுவர்க வாழ்வை சார்ந்த பத்து நற்குணங்களில் பேரார்வத்தோடு வாழ முயற்சிப்பவன் அந்த கோட்பாட்டின் எழில் மிகுந்த பேரழகை காண்பான். காலத்தை கடந்த வாழ்வின் அடித்தளம் அது தான் என்றும் உணர்வான். மனிதர்கள் மனமுவந்து ஏற்று அவற்றைக் கடைபிடிக்கும் போது தொழில், வணிகம், அரசாங்கம், ஒவ்வொரு உலக நடப்பும் பரிசுத்தமாவதைக் காண்பான். செயல்பாடு, குறிக்கோள், அறிவு திறன் ஆகியவை அழித்தொழிக்கப்படுவதற்கு பதில் பன்மடங்காக மென்மேலும் வளரும். அதில் இருக்கும் சண்டை சச்சரவு, வலி வேதனை ஆகியன நீக்கப்பட்டும் இருக்கும்.

4. தூண்டுதல் இச்சைகளின் மறைமுகமான பயன்கள்

ஆன்மா, தன்னிறைவு அடைவதற்கான தன் பயணத்தில், மூன்று வெவ்வேறு நிலைகளில் பயணிக்கின்றது. முதல் நிலை மிருக நிலையாகும். இந்த நிலையில், மனிதன் தன்னுள் எழுகின்ற இச்சைகளை நிறைவேற்றிக் கொண்டு நிறைவோடு வாழ்கிறான். அவனுக்கு பாவத்தை பற்றிய கவலையும் இல்லை, தெய்வீக தன்மைகளின் மீது தனக்கு உரிமைகள் இருப்பதையும் அறியாமல் இருக்கிறான். ஆன்மீக முன்னேற்றத்திற்கு அவனுக்கு வாய்ப்பு இருப்பதாக அவன் துளியும் அறியாதவனாக, உணராதவனாக இருக்கிறான்.

இரண்டாவது நிலை இரட்டைநிலைகளின் தன்மை கொண்டதாகும். இதில் மனமானது தொடர்ந்து மிருக நிலைக்கும் தெய்வீக நிலைக்கும் இடையில் ஊசலாடிக் கொண்டு இருக்கிறது. இந்த நிலையில் மனதால் அதன் மிருகம் மற்றும் கடவுள் என இரு தன்மைகளையும் உணர முடியும். இந்த நிலையில் தான் இச்சைகளின் தூண்டுதல்கள் ஆன்மாவின்

முன்னேற்றத்தில் தன் பங்கை ஆற்றும். இது ஒரு தொடர் போராட்ட நிலையாகும். வீழ்வது-பின்எழுவது, பாவம் செய்வது-பின் வருந்தி மன்னிப்பை இறைஞ்சுவது, தான் இதுவரை வாழ்ந்து வந்த இச்சைகளை நிறைவேற்றிக் கொள்ளும் வாழ்வை இன்னும் விரும்புகிறான். துறப்பதற்கு மனமின்றி தவிக்கிறான். என்றாலும் ஆன்மீக நிலையின் தூய்மையையும் அருமையையும் கூடவே காண்கிறான். இரண்டில் எதை தேர்ந்து எடுப்பது என புரியாமல் தொடர்ந்து துன்புறுகிறான்.

தன்னுள் மலரத்துடிக்கும் ஆன்மீக வாழ்வைத் தேர்வு செய்யும் இந்த நிலை தான் அவனுக்கு மிக ஆழமான வேதனையையும் துன்பத்தையும் தருவதாக இருக்கின்றது.

இதன் பின் ஆன்மா, மெய்யறிவு என்னும் மூன்றாம் நிலைக்கு கடந்து செல்கிறது. இந்த நிலையில் மனிதன் பாவம் மற்றும் தூண்டுதல்கள் என இரண்டில் இருந்தும் மீண்டு எழுந்து நிம்மதியை அடைகிறான்.

வாழ்வின் கொந்தளிப்புகளை கடந்த உயர்நிலைகள்

பாவத்தில் மூழ்கி இருப்பது போன்று, இச்சைகளின் தூண்டுதல்கள் என்பது பெரும்பாலான மனிதர்கள் நினைப்பது போல ஒரு நிலைத்திருக்கும் சூழ்நிலை அல்ல. அது ஒரு கடந்து செல்ல வேண்டிய இடைப்பட்ட நிலை. அந்தச் சூழ்நிலையை ஆன்மா கடந்து தான் ஆக வேண்டும். ஆனால், ஒருவன் இந்த வாழ்விலேயே (பிறவியிலேயே) அதை கடந்து புனிதத்தையும் சுவர்க அமைதியையும் அடைவானா என்பது அவனது மெய்யறிவின் வலிமையையும் ஆன்மீக பயிற்சியையும் உண்மையின் மீது அவனுக்குள்ள உள்ளார்ந்த தேடுதல் ஆர்வத்தையும் பொறுத்து அது இருக்கிறது.

தூண்டுதல் இச்சைகளை, அதன் கூடவே வரும் அதன் அனைத்து வித சித்திரவதைகளோடு-, இங்கே, இப்பொழுதே நாம் வெற்றி கொள்ள முடியும். ஆனால் அதை மெய்யறிவால் தான் வெற்றிக் கொள்ள முடியும். தூண்டுதல் நிலை என்பது ஒரு வகையான இருள் அல்லது அரை குறையாக வெளிச்சம் கலந்த இருள் ஆகும். மெய்யறிவில் வளர்ச்சி பெற்றுள்ள ஆன்மா எந்த தூண்டுதல்களின் பிடியிலும் சிக்காது. ஒருவன் தூண்டுதல் இச்சையின் மூல ஆதாரத்தை, இயல்பை, அர்த்தத்தை முழுமையாகப் புரிந்து கொள்ளும் போது, அவனால் அதை வெல்ல

முடியும். நீண்ட சோதனைக்குப் பின் வரும் ஓய்வை அவன் பெற முடியும். ஆனால், அவன் அறியாமையில் இருக்கும் வரை, மத சடங்குகளைப் பின்பற்றுவதாலோ அல்லது மத நூல்களைப் படிப்பதாலும் வேண்டுவதாலும் அவன் நிம்மதியைப் பெற்று விடமுடியாது.

ஒருவன் தன் எதிரியை சமர் செய்ய புறப்படும்போது, அந்த எதிரியின் வலிமை, போர் தந்திரங்கள் அல்லது தாக்குதல் புரிய வலிமை பெற்று இருக்கும் மறைவிடங்கள் போன்ற எதையும் தெரிந்து கொள்ளாமல் போனால் அவன் எதிரியிடம் பெரும் தோல்வியை தழுவுவதோடு, அவனிடம் போய் சிக்கியும் கொள்வான். தூண்டுதல் இச்சைகள் என்னும் எதிரியை எவன் வெல்ல விழைகிறானோ அதன் வலிமையை, அது மறைந்து இருக்கும் இடத்தை அவன் முதலில் அறிய வேண்டும். எதிரி எளிதாக உள்நுழையக் கூடிய தன் உள்மன கோட்டையின் காவலற்ற பகுதியையும் அவன் அறிய வேண்டும். இதற்கு அவன் தொடர்ந்த தியானத்தில், இடைவிடாத விழிப்பு நிலையில், தொடர்ந்து சோதனையில் ஈடுபட்டால், தூண்டுதலுக்கு உள்ளாகுபவனின் வீணான சுயநல எண்ணங்களை அவனது ஆன்மீக கண்களின் பார்வை நிர்மூலமாக்கும். இது தான் புனிதர்கள் மேற்கொண்ட புனிதப்போர். தனது இழிநிலை

வாழ்வின் கொந்தளிப்புகளை கடந்த உயர்நிலைகள்

எண்ணங்கள் என்னும் நீண்ட தூக்கத்திலிருந்து விழித்து எழும் ஒவ்வொரு ஆன்மாவும் இந்த புனிதப்போரில் ஈடுபட்டே ஆக வேண்டும்.

மனிதர்கள் இச்சைகளின் தூண்டுதல்களை வெல்வதில் தோல்வி அடைகிறார்கள். அந்தப் போராட்டம் நீண்டு கொண்டே போகிறது, காரணம், ஏறக்குறைய எல்லா மனிதர்களுமே இருவித மாயைகளில் ஈடுபட்டு உழல்கிறார்கள். முதலாவது, எல்லா தூண்டுதல்களும் வெளியிலிருந்து வருவதாக கருதுவது. இரண்டாவது, தங்களின் நற்குணங்கள் காரணமாக அவர்கள் தூண்டப்படுகிறார்கள் என எண்ணுவது. இந்த இரண்டு வித மாயைகளில் அவர்கள் பின்னப்பட்டு இருக்கும் போது, ஒருவன் எந்த முன்னேற்றத்தையும் அடைய மாட்டான். ஆனால், அவற்றின் கட்டுகளை அவிழ்த்து அவன் மீளும் போது, ஒரு வெற்றியிலிருந்து இன்னொரு வெற்றிக்கு என மிக வேகமாக பயணிப்பான். ஆன்மீக மகிழ்ச்சியின் சுவையையும் இளைபாறுதலையும் அனுபவிப்பான்.

இந்த இரண்டு மாயைகளைப் போக்க, அவற்றின் இடத்தில் கடைந்து எடுக்கப்பட்ட இரண்டு உண்மைகள் இடம் பெற வேண்டும். அதில் முதலாவது உண்மை-; எல்லா தூண்டுதல்களும் ஒருவனுள் இருந்து தான் வருகின்றன. இரண்டாவது உண்மை; ஒருவன் தூண்டுதலுக்கு உள்ளாவதற்கான காரணம் அவனுள் இருக்கும் தீமை தான். கடவுள், சாத்தான், உலவக் கூடிய தீய சக்திகள் அல்லது புற உலக பொருட்கள் தான் தூண்டுதலுக்கு காரணம் என்னும் கருத்து களையப்பட வேண்டும். உள்ளத்தில் இருக்கும் ஆசை தான் தூண்டுதலுக்கான மூலமும் காரணமும். அந்த உள்ளத்தின் ஆசை பரிசுத்தமாகும் போது அல்லது நீக்கப்படும்போது, புற உலக பொருட்களும் வெளிசக்திகளும் ஆன்மாவை பாவத்திற்கோ தூண்டுதலுக்கோ ஆட்படுத்துவதற்கான ஆற்றலை முழுமையாக இழந்து நிற்கும். புற உலக பொருளானது தூண்டுதல் இச்சையின் சூழல் மட்டுமே, அது ஒருபோதும் தூண்டுதலுக்கான காரணமல்ல. தூண்டுதலுக்கு உள்ளானவனின் உள்மன ஆசை தான் அதற்கான காரணம். ஒரு வேளை, புற உலகப் பொருள் தான் தூண்டுதலின் காரணம் என்றால் எல்லா மனிதர்களும் அதனால் தூண்டப்பட வேண்டும். தூண்டுதல் வெல்லப்பட முடியாத ஒன்றாகி, மனிதர்கள் அதை வெல்ல முடியாமல் நம்பிக்கை இழந்து முடிவில்லாத

வாழ்வின் கொந்தளிப்புகளை கடந்த உயர்நிலைகள்

சித்திரவதைக்கு உள்ளாவார்கள். ஆனால், அதற்கான காரணம் அவனது உள்மன ஆசையில் அடங்கியிருப்பதால், அதற்கான தீர்வும் அவனிடமே இருக்கிறது. அவன் தன் ஆசைகளை எல்லாம் பரிசுத்தப்படுத்திக் கொண்டு தூண்டுதல்களை வெல்ல முடியும். மனிதன் தூண்டுதலுக்கு உள்ளாவதற்கான காரணம் அவனுள் சில ஆசைகள் அல்லது மனநிலைகள் இருக்கின்றன. அவற்றை அவன் புனிதமற்றதாக கருதுகிறான். இவ்வாசைகள் மிக நீண்ட காலம் கூட எழாமல் உறங்கியவாறே இருக்கும் வாய்ப்பு இருக்கின்றது. மனிதனும் அவற்றிலிருந்து அவன் விடுபட்டுவிட்டதாக நினைத்துக் கொண்டிருப்பான். ஆனால், ஒரு புற உலக பொருள் எதிர்பாராத சமயத்தில் முன் தோன்றும் போது உறங்கி கொண்டிருந்த அந்த ஆசை விழித்துக் கொண்டு அதன் தாகத்தை தீர்த்துக் கொள்ளத் துடிக்கும். தூண்டுல் நிலை என்று சொல்லப்படுவது இது தான்.

ஒருவனது உள் இருக்கும் நன்மை ஒரு போதும் தூண்டுதலுக்கு உள்ளாகாது. நன்மை எல்லா தூண்டுதல்களையும் ஒழித்து விடும். ஒருவனது உள் இருக்கும் தீமை தான் எழுப்பப்பட்டு தூண்டப்படுகிறது. ஒருவனுக்கு ஏற்படும் தூண்டுதலின் அளவு என்பது அவனுள் இருக்கும்

புனிதமற்ற தன்மைகளின் துல்லியமான பதிவாகும். ஒருவன் தனது இதயத்தை பரிசுத்தமாக்கி கொள்ளும் போது தூண்டுதல்கள் முடிவிற்கு வரும். ஒரு களங்கமான ஆசை இதயத்திலிருந்து வெளியேற்றப்படும் போது, அதற்கு முன்பு வரை அந்த ஆசையை அதுவரை தூண்டிவிட்டுக் கொண்டிருந்த புறப்பொருளால் இனி எதுவும் செய்ய முடியாது, அது ஆற்றல் இழந்து மடிந்து போகும், காரணம் அதன் பால் ஈர்ப்பு கொள்ள இப்போது அந்த இதயத்தில் எதுவுமில்லை. சூழ்நிலை எவ்வளவு தான் சாதகமாக இருந்தாலும் ஒரு நேர்மையான மனிதனை திருட வைக்க முடியாது. உணவு பழக்கங்களில் கட்டுப்பாட்டை கடைபிடிப்பவன் மிக ருசியான உணவும் மது வகைகளும் பரிமாறப்பட்டாலும் வயிறு முட்டும் அளவு உண்ணவும் அருந்தவும் மாட்டான். உள்ளத்தில் இருக்கும் நற்குணங்களின் வலிமையால், மெய்யறிவுடனான புரிதலால், சாந்தமான மனதை பெற்று இருப்பவன் கோபம், எரிச்சல்ப்படுவது, பழிக்கு பழி வாங்குவது போன்ற உணர்வுகளால் தூண்டப்பட மாட்டான். சீர்கேடானவர்களின் மயக்கும் வித்தைகளும் கவர்ச்சி வனப்புகளும் பரிசுத்தமான இதயத்தின் முன், எந்த பாதிப்பையும் ஏற்படுத்த முடியாத அர்த்தமற்ற நிழல் உருவங்களாகவே காட்சி அளிக்கும்.

வாழ்வின் கொந்தளிப்புகளை கடந்த உயர்நிலைகள்

தூண்டுதல் இச்சைகள் ஒரு மனிதன் எங்கெல்லாம் பாவத்திலும் அறியாமையிலும் அகப்பட்டிருக்கிறான் என்பதை அவனுக்குச் சுட்டிக் காட்டுகிறது. மெய்யறிவுக்கும் தூய்மைக்குமான உயர் பாதையை அடைய அவனை வலியுறுத்துகிறது. தூண்டுதல்கள் இல்லாமல் ஆன்மாவால் வளர்ச்சியும் வலிமையும் பெற முடியாது. உண்மையான மெய்யறிவையும் நற்குணங்களையும் காண முடியாது. சுறுசுறுப்பின்மையும் தேக்கமும் ஏற்பட்டுவிடும். வாழ்வில் முழுமையும் நிம்மதியும் ஏற்படாது. தூண்டுதலானது புரிந்து கொள்ளப்பட்டு வெல்லப்படும் போது, முழுநிறைவுக்கான உறுதி வழங்கப்படுகிறது, அத்தகைய முழுநிறைவை எந்த மனிதனும் உரிமை கோரலாம்-, அவன் கொண்டிருக்கும் சுயநலமான களங்கமான ஆசைகளை எல்லாம் மெய்யறிவின் ஒளிச் சுடரில் விரும்பி பலியிட வேண்டும். எனவே, மனிதர்கள் உண்மையைக் குறித்த தேடலில் உள்ளார்ந்து ஈடுபடட்டும். அவர்கள் தூண்டுதலுக்கு ஆட்படுகிறார்கள் என்றால் அவர்கள் உண்மையை இன்னும் உணரவில்லை, கற்பதற்கு இன்னும் நிறைய இருக்கிறது என அறிந்து கொள்ளட்டும்.

எனவே, தூண்டுதலுக்கு உள்ளாகுபவர்களே, இதை தெரிந்துக் கொள்ளுங்கள், உங்களால் தான் நீங்கள் தூண்டுதலுக்கு உள்ளாகுகிறீர்கள். “மனிதன் தனது சொந்த இச்சைகளில் இருந்து தூரமாக விலக்கப்படும் போது அவன் தூண்டுதலுக்கு உள்ளாகிறான்” என்கிறார் அப்போஸ்தலர் ஜேம்ஸ். நீங்கள் தூண்டப்படுவதற்கு காரணம் நீங்கள் உங்கள் உள் இருக்கும் கீழ்நிலை மிருக உணர்வை பற்றிக்கொண்டு அதை விட மறுக்கிறீரகள். மெய்யறிவை பெற இயலாத பொய்யான நிலையில்லாத சுயத்தில் நீங்கள் வாழ்கிறீர்கள். தனது இச்சைகளை உடனடியாக நிறைவேற்றிக் கொள்வதை தவிர அந்த சுயத்திற்கு வேறு எதுவும் தெரியாது. எல்லா பேருண்மை, அறநெறி கோட்பாடுகளை குறித்தும் அறியாமையிலயே இருக்கிறது. சுயத்தை நீங்கள் இறுகப் பற்றிக் கொண்டு இருப்பதால் மூன்று வகையான வேதனைகளால் நீங்கள் தொடர்ந்து துன்பப்படுகிறீர்கள். 1.ஆசையினால் ஏற்படும் வேதனை.

2.வேறு எதையும் எண்ணவோ செய்யவோ முடியாத அளவிற்கு முழுமையாக தொடர்ந்து சிக்கி அகப்பட்டுகொள்வதால் வரும் வேதனை.

3.மன உறுத்தலால் வரும் வேதனை.

வாழ்வின் கொந்தளிப்புகளை கடந்த உயர்நிலைகள்

"பொருட்களின் மீதும் இச்சைகளின் மீதும் ஆன விருப்பத்தோடு தணிக்க முடியாத ஆசைகள், பற்றி எரியும்.

நீங்கள் நிழல்களின் மீது சாய்கிறீர்கள், கனவுகளை நம்புகிறீர்கள்;

ஒரு பொய்யான சுயத்தை நிலைநாட்டி

அதை சுற்றி நீங்கள் உருவாக்கியிருக்கும் உலகம்;

உயரத்திற்கு அப்பால் உள்ளதை காண அதற்கு கண் இல்லை,

இந்திரனின் வானத்திலிருந்து வரும் காற்றின் இனிய கீதம் அதன் செவிகளுக்கு கேட்காது;

உண்மை வாழ்வின் கேள்விகளுக்கு அந்த பொய்மை வாய் திறக்காத ஊமையாக இருக்கும்.

இப்படி துன்பங்களும் இச்சைகளும் வளர்ந்து,

பூமியில் போர்களை உருவாக்குகின்றன,

இப்படி ஏமாற்றப்பட்ட ஏழை இதயங்கள் துக்க கண்ணீரை வடிக்கின்றன;

சே.அருணாசலம்

வெறியுணர்வுகளும், பொறாமைகளும், கோபங்களும், காழ்ப்புணர்வுகளும் தங்கள் நிலையை வலுப்படுத்திக் கொள்கின்றன;

சிவந்த பாதங்களோடு இரத்தம் படிந்த ஆண்டுகளை ஆண்டுகள் பின்தொடர்கின்றன."

(எட்வின் ஆர்னோல்டு—லைட் ஆஃப் ஏசியா— ஆசிய ஜோதி)

அந்தப் பொய்யான சுயத்தில் தான் எல்லா துன்பங்களையும் தோற்றுவிக்கும் கிருமி ஒளிந்து இருக்கிறது, நம்பிக்கைகளைக் கருகச் செய்யும் நெருப்பு இருக்கிறது. எல்லா துக்கத்தின் சாரம்சமும் இருக்கிறது. அதை நீங்கள் கைவிட தயாராக இருக்கும் போது, உங்கள் எதிராக;- உங்களின் மொத்த சுயநலங்கள், களங்கங்கள், அறியாமைகள் ஆகியவைகளை முன்வைத்து, அவற்றின் இருள்தன்மைகளை நீங்கள் ஒப்புக்கொள்ளத் தயாராக இருக்கும் போது, நீங்கள்-, சுய அறிவு, சுய கட்டுப்பாடு என்னும் வாழ்வில் நுழைவீர்கள். உங்கள் உள் இருக்கும் கடவுள் தன்மை குறித்த உணர்வைப் பெறுவீர்கள். உங்கள் உயர்ந்த இயல்பை உணர்வீர்கள். அது எந்த இச்சைகளையும் நிறைவேற்றிக் கொள்ளத் துடிக்காது. அது இருக்குமிடத்தில் மகிழ்ச்சி

வாழ்வின் கொந்தளிப்புகளை கடந்த உயர்நிலைகள்

தொடரும். நிம்மதி தவழும். அங்கே துன்பம் உள்நுழைய முடியாது. தூண்டுதல் தன் காலடியின் தடத்தை பதிக்க முடியாது. உங்கள் உள்ளத்தின் தெய்வீக குணத்தில் உங்களை நீங்கள் ஒவ்வொரு நாளும் உறுதிப்படுத்திக் கொள்ளுங்கள். ஒரு காலம் இறுதியில் வரும். அப்போது, பல இலட்சக்கணக்கானவர்கள் வணங்கும், சிலரே புரிந்துக் கொண்டு, அதில் இன்னும் சிலரே கடைபிடிக்கும் வார்த்தையை நீங்கள் சொல்வீர்கள், "இவ்வுலகின் இளவரசனுக்கு நான் என்ற தன்மையில் எதுவுமில்லை".

5. நேர்மையான மனிதன்

உயர்ந்த அறநெறிகளின் அடிப்படையில் தனது நிலைப்பாட்டை மேற்கொள்ளும் மனிதனின் வாழ்வில் நிச்சயம் ஒரு சோதனை காலம் நிகழும். அந்த சோதனை காலத்தில் அவன் அந்த அறநெறிகளின் மீது கொண்டிருந்த நம்பிக்கை, அவை பற்றி அவனுக்கு இருக்கும் மெய்யறிவு எல்லாம் முற்று முதலாக சோதிக்கப்படும். அவன் அந்த சோதனை காலத்தை எப்படி கடக்கிறான் என்பதிலிருந்தே அவன் உண்மையை ஏற்று வாழும் தகுதி படைத்தவனா, மீட்சிக்கான வாழ்வை வாழ்பவனா அல்லது கொடிய அகம்பாவம் என்னும் எஜமானனின் கட்டளைகளை அடிப்பணிந்து ஏற்கும் அடிமை வாழ்வை வாழ்பவனா என்று தெரிய வரும்.

இந்த வகையான சோதனை காலம் பொதுவாக எப்படி அரங்கேறும் என்றால், தவறு ஒன்றைச் செய்து அதன் பயனாக காலத்திற்கும் செல்வச் செழிப்பாக, வசதியாக வாழலாம் அல்லது நேர்மையைத் தேர்ந்தெடுத்து அந்த வாய்ப்பை நிராகரித்தால், வறுமையையும் தோல்வியையும் தான் ஏற்க வேண்டி வரும் என்னும் ஒரு நிலையை

ஏற்படுத்தி தவறிழைக்க பெரும் தூண்டுதலாக அமையும். இவ்வகை தூண்டுதலால் உந்தப்பட்டுள்ளவனுக்கு அதன் பிடி மிக பலம் வாய்ந்ததாக இருக்கும். அவன் கண் முன் விரியும் காட்சி எப்படிப்பட்டதாக இருக்கும் என்றால், அவன் தவறானதைத் தேர்ந்தெடுத்தால் அவனது வருங்கால பொருளாதார தேவைகள் எல்லாம் நிறைவேறி விடும், ஆனால், சரியானதை அவன் தேர்வு செய்தால் அவன் காலத்திற்கும் மீண்டு எழ முடியாத சரிவை சந்திப்பான் என்பதாக இருக்கும்.

நேர்வழி ஒருவனுக்கு எத்தகைய துன்பங்களை எல்லாம் வழங்க கூடும் என்பது அவன் மனக்கண் முன் நிழலாடும். அதை எதிர்கொள்ள முடியாமல் பெரும்பாலானாவர்கள் அந்த தூண்டுதலுக்கு இரையாவார்கள். ஆனால், ஒரு வேளை அவன் அந்த தூண்டுதலுக்கு இரையாகாமல் தாக்குப்பிடிக்கும் அளவுக்கு வலிமையானவனாக இருந்தால், அவனது உள் இருக்கும் அகம்பாவ உணர்வு அவனை ஏமாற்ற ஒளியின் தேவதை போன்ற தோற்றத்தைத் தரித்து, அவனிடம், ”உனது மனைவி, குழந்தைகளை நினைத்துப் பார். உன்னை சார்ந்து இருப்பவர்கள் நிலையை நினைத்துப் பார். அவர்களுக்கு அவமானத்தையும் பட்டினியையும் தரப் போகிறாயா? என அவன் காதோரம் வஞ்சகமாக மெல்ல பேசும்.

சே.அருணாசலம்

இத்தகைய சோதனையை ஒருவன் வெற்றிகரமாக கடந்து வர வேண்டும் என்றால் அவன் உண்மையிலேயே மனவலிமையும் தூய்மையும் நிறைந்தவனாக இருக்க வேண்டும். ஆனால், அவன் வெற்றி பெறும் போது, அவன் வாழ்வு அப்பொழுதே ஓர் உயர்தளத்திற்குச் சென்று விடும். அவனது ஆன்மீக கண்கள் முன் அழகிய மன காட்சிகள் தென்படும். தவிர்க்க முடியாததாக தெரிந்த வறுமையும் தோல்வியும் அவனிடம் வந்து சேராது. ஆனால், நிலையான வெற்றி வரும். நிம்மதியான இதயத்தையும் குழப்பமற்ற மனதையும் அவன் பெறுவான். இந்த சோதனையைக் கடக்க முடியமல் பின் வாங்கியவனுக்கு, அவனுக்கு வாக்குறுதியளிக்கப்பட்ட செல்வமும் வந்து சேராது. அவன் இதயத்தில் நிம்மதியின்றி மனதில் குழப்பத்தோடு தத்தளிப்பான்.

நேர்மையாளன் இறுதியில் தோல்வியை அடைய மாட்டான்.

அநீதியாளன் இறுதியில் வெற்றியை அடைய மாட்டான்.

வாழ்வின் கொந்தளிப்புகளை கடந்த உயர்நிலைகள்

ஏன் என்றால்,

"நேர்மையை, யாராலும் தடுத்து நிறுத்தவோ புரட்டி போடவோ முடியாதபடி

நீதி அதற்கு துணையாக உடன்வரும்,"

காரணம், நடக்கும் யாவற்றின்

இதயமாக இருப்பது நியாயமே.

எல்லாம் வல்ல நீதி, நன்மையானது. நேர்மையான மனிதன் அச்சம், தோல்வி, வறுமை, அவமதிப்பு, அவமானம் ஆகியவை தொட முடியாத உயரத்தில் இருக்கிறான். அந்த நீதி அளிக்கும் முடிவு நிம்மதி.

அதை கடைப்பிடிப்பது இனிதானது."

ஒருவன் தான் தற்போது அனுபவித்து கொண்டிருக்கும் சுக போகங்களை அல்லது பொருளாதார வசதிகளை இழக்க நேரிடும் என்னும்

அச்சத்தால் உண்மையைத் தன் உள்ளத்தில் மறுப்பவன்-, காயப்படுத்தப்படலாம், திருடப்படலாம், கீழ்நிலைக்கு தள்ளப்படலாம். அதற்கு காரணம், அவன் தனது மேன்மை குணத்தை ஏற்கெனவே காயப்படுத்திவிட்டான், திருடிவிட்டான், கீழ்நிலைக்கு தள்ளிவிட்டான். ஆனால்-, அறநெறியிலிருந்து பிறழாதவன், நேர்மையை கொஞ்சமும் விட்டுக் கொடுக்காதவன், காயப்படுத்தப்படவோ திருடப்படவோ கீழ்நிலைக்கு தள்ளப்படவோ முடியாத நிலையில் இருப்பான். அதற்கு காரணம், அவன் தன்னுள் இருந்த கீழ்மை குணத்தை மறுத்து உண்மையை நாடி அடைக்கலம் புகுந்து இருக்கிறான். சாட்டையின் விளாசல்களும், சங்கிலியால் கட்டப்படுவதும் ஒருவனை அடிமையாக்கவில்லை, அவன் உள்ளத்தில் அடிமை வயப்பட்டிருக்கிறான் என்பதே உண்மை.

புறங்கூறுதலும், பழிசுமத்துதலும் வன்மமான எண்ணம் கொள்ளுதலும் நேர்மையான மனிதனை பாதிக்க முடியாது, அவனிடமிருந்து எந்த கசப்பான பதிலுணர்வையும் வரவழைக்காது. தனது குற்றமின்மையை நிரூபிக்க எந்த தற்காப்பு நடவடிக்கையிலும் ஈடுபட வேண்டிய தேவையும் அவனுக்கு இருக்காது. காழ்ப்புணர்வு அவனுக்கு எதிராக முயற்சிக்கும் யாவற்றுக்கும் அவனது களங்கமின்மையும் நேர்மையுமே போதிய

வாழ்வின் கொந்தளிப்புகளை கடந்த உயர்நிலைகள்

விடையாக இருக்கும். தீமையின் ஆற்றல்கள்-, அவனை பணிய வைக்க முடியாது. காரணம், அவன் தன்னுள் இருந்த தீமைகளை எல்லாம் அவன் பணிய வைத்துவிட்டான். இருளிலிருந்து ஒளியை, காழ்ப்புணர்விலிருந்து அன்பை, அவமதிப்பிலிருந்து மதிப்பை என தன்னை நோக்கி வரும் தீமைகளை எல்லாம் நன்மையாக உருமாற்றுகிறான். புறங்கூறுதலும், பொறாமையும், தவறாக எடுத்துரைக்கப்படுவதும் அவன் உள்ளத்தின் உண்மை என்னும் பொன்னை மின்ன செய்ய, அவனது புனித உயர்நிலையை சுட்டிக்காட்டவே துணைப் புரியும்.

நேர்மையான மனிதன் சோதனைக்கு உள்ளாகும் போது மகிழ்ச்சியும் பேருவகையும் கொள்ளட்டும். அவன் நம்பி ஏற்றிருந்த அறநெறிகளுக்குத், தனது நம்பிக்கையை மெய்ப்பிப்பதற்கான வாய்ப்பு கிடைத்ததை எண்ணி நன்றி பாராட்டட்டும். அவன் மனதில் எண்ணிக்கொள்ளட்டும்: "ஒரு புனித வாய்ப்பாக எனக்கு வழங்கப்பட்டுள்ள நேரம் இதுவே. உண்மை வெற்றி பெறும் நாள் இதுவே. முழு உலகையும் நான் இழக்க நேர்ந்தாலும் நான் நேர்மையை கைவிட மாட்டேன்". இவ்வாறு எண்ணி தீமைக்கு நன்மையை பதிலாக வழங்கி, தீங்கிழைப்பவன் மீது இரக்கம் கொள்ளட்டும்.

சே.அருணாசலம்

அவதூறு பரப்புபவன், புறங்கூறுபவன், தீங்கிழைப்பவன் ஒரு கால கட்டத்திற்கு வெற்றி பெறுவதாக தோன்றும். ஆனால் எல்லாம் வல்லநீதி தன் நியாயத்தை நிலைநாட்டும். நேர்மையான மனிதன் ஒரு காலகட்டத்திற்கு தோல்வி அடைவதாக தோன்றும், ஆனால் அவன் வெல்லப்பட முடியாதவன். எந்த உலகிலும், கண்களுக்கு புலப்படும் உலகமானாலும் சரி-புலப்படாத உலகமானாலும் சரி, அவனை வீழ்த்தக் கூடிய ஆயுதம், வடிவமைக்கப்பட்டு அவனுக்கு எதிராக நிலவ முடியாது.

6. நன்மை தீமைகளை ஆய்ந்துணர்வது

ஆன்மீக வளர்ச்சிக்கு மிக இன்றியமையாத ஒரு குணம் என்று ஒன்றை கூற வேண்டுமானால் அது நன்மை தீமைகளை ஆய்வுக்கு உட்படுத்தி உணரும் குணமே ஆகும்.

நன்மை தீமைகளைக் கண்டுணரும் திறனும் ஆற்றலும் கொண்ட மனக்கண் திறக்காதவரை ஒருவனது ஆன்மீக வளர்ச்சி மிக மெதுவாகவும் உறுதியற்றவாறே நடைப்பெறும். காரணம், ஒன்றை நிரூபிக்கும், சோதனை செய்து உறுதிப்படுத்தும், அலசி ஆராயும் இந்த குணம் இல்லை என்னும் போது, ஒருவனால் இருளில் தட்டு தடுமாறி நடப்பதைத் தவிர்க்க முடியாது. அவனால் உண்மையை பொய்யில் இருந்து, நிஜத்தை நிழலில் இருந்து வேறுப்படுத்தி காண முடியாது. எனவே, அவன் பொய்யை உண்மை என்று நினைத்துக் கொள்வான். அவனுள் எழும் இழிநிலை இச்சைகளின் உந்துதல்களை உண்மையின் உணர்வால் எழும் வழிக்காட்டுதல்களாக நினைத்துக் கொள்வான்.

சே.அருணாசலம்

அதிகம் புழங்காத ஒரு புதிய இடத்தில் விடப்பட்டுள்ள கண்பார்வையற்ற குருடனால் தட்டு தடுமாறி மெதுவாக இருளில் நகர்ந்து செல்ல முடியுமேயன்றி, அவனால் எவ்விதமான குழப்பமின்றியோ, தட்டி தடம் மாறுவதால் ஏற்படும் காயங்கள் இன்றியோ நடக்க முடியாது. மனக்கண்ணால் கண்டுணரும் திறன் இல்லை என்றால் ஒருவன் மனதளவில் குருடனாகவே இருப்பான். இருளில் தவிப்பவனைப் போலவே அவன் வாழ்வு இருக்கும். நன்மை, தீமைகளை வேறுபடுத்தி காண முடியாத குழப்பத்துடனேயே அவன் வாழ்வு இருக்கும், நிகழ்வுகளை, காலத்திற்கும் பொருந்தும் உண்மைகளோடு முடிச்சு போடுவான். விரைந்து மாறக் கூடிய கருத்துக்களை, நிலையான அறநெறிகளோடு ஒப்பிடுவான். சிந்தனைகள், மனிதர்கள், நிகழ்ச்சிகள், விஷயங்கள் எல்லாம் முழுமையான தொடர்பற்றதாகவே அவனுக்கு காட்சி அளிக்கும். ஒரு மனிதனது வாழ்வும் மனமும் எப்போதும் குழப்பமின்றி இருக்க வேண்டும். மனதளவிலான, பொருளாதார அளவிலான, ஆன்மீக ஆளவிலான என எந்த வகையான பிரச்சினையையும் சந்திக்க அவன் தயாராக இருக்க வேண்டும். துரதிட்டம் என அழைக்கப்படும் வகையிலான பிரச்சினைகள் வரும்போது-, பெரும்பாலான மனிதர்கள் சிக்கி

கொள்வது போல சந்தேகம், குழப்பம், தீர்மானமின்மை என்னும் வலையில் அவன் சிக்கி கொள்ளக் கூடாது. அவனுக்கு எதிராக வரும் எந்த நெருக்கடியையும் அவன் எதிர்கொள்ளும் வலிமையோடு இருக்க வேண்டும். ஆனால், நன்மை தீமைகளை மனக்கண்ணால் வேறுப்படுத்தி கண்டுணரும் திறன் இன்றி அத்தகைய மன வலிமையான நிலைக்கு ஒருவன் தயாராக முடியாது, தொடர்ந்து ஆய்ந்துணரும் அறிவை பயன்படுத்திக் கொண்டிருக்கும் போது தான் மனக்கண்ணால் கண்டுணரும் இந்த திறனை வளர்த்துக் கொள்ள முடியும்.

தசைகள் தொடர்ந்து பயன்பாட்டில் இருக்கும் போது வளர்ச்சி பெறும். மனமும் எந்த ஒரு குறிப்பிட்ட செயல்பாடுகளில் ஈடுபாட்டுடன் ஒன்றி பயிலும் போது அந்த குறிப்பிட்ட வழிவகைகளில் அதன் திறன்கள் வளர்ச்சியும் மேம்பாடும் அடையும். மற்றவர்களது கருத்துக்களையும் அபிப்பிராயங்களையும் தொடர்ந்து ஒப்பிடுவதாலும் ஆய்வு செய்வதாலும் ஒருவனது விமர்சிக்கும் ஆற்றலும் திறமையும் மட்டுமே வளர்ச்சிப் பெறுகிறது. ஆனால் நன்மை தீமைகளை வேறுப்படுத்தி கண்டுணரும் இந்த ஆய்வுத்திறன் என்பது இந்த விமர்சிக்கும் திறமையையும் ஆற்றலையும் விட மிக மேன்மையானது. விமர்சனங்களோடு பெரும்பாலும் கூடவே

ஒட்டியிருக்கும் ஆணவம் மற்றும் கொடூரத் தன்மை இதில் நீங்கியிருப்பதால் ஒரு ஆன்மீக குணமாக இது விளங்கும். இதன் விளைவாக ஒருவன் ஒன்றைத் தன் விருப்பத்துக்கு ஏற்ற வண்ணம் அதை திரித்துக் காணாமல் அதனை உள்ளவாறே காண்கிறான்.

நன்மை தீமைகளை ஆய்ந்துணரும் திறன் என்பது ஒரு ஆன்மீக குணமாதலால், அதை ஆன்மீக வழிமுறைகளை பின்பற்றியே வளர்த்துக் கொள்ள முடியும். எப்படி என்றால், ஒருவன் தனது எண்ண ஓட்டங்களை, கருத்துக்களை, ஒழுக்க நடைமுறைகளை விசாரனைக்கு, சோதனைக்கு, ஆய்வுக்கு உட்படுத்துவதாகும். மற்றவர்களின் கருத்துக்களில், நடத்தைகளில் தயவோ இரக்கமோ வழங்காமல் குற்றம், குறைகளை கண்டு பிடித்து விமர்சிப்பதை அவன் கைவிட்டு தனது நடத்தைகளையும் கருத்துக்களையும் கொஞ்சமும் தயவோ இரக்கமோ வழங்காமல் கடுமையான கண்ணோட்டத்துடன் குற்றம் குறைகளை ஆராயட்டும். ஒருவன் தனது ஒவ்வொரு கருத்தையும், எண்ணத்தையும், நடத்தை வழிமுறைகளையும் விசாரிக்கும் துணிவு பெற்று இருக்க வேண்டும். அதை நடைமுறையில் சோதித்து பார்க்க வேண்டும். குழப்பத்தை அழித்தொழிக்கும் திறன் படைத்த (நன்மை

தீமைகளை) ஆய்ந்துணரும் திறனை ஒருவனால் இந்த முறையிலேயே வளர்த்துக் கொள்ள முடியும்.

ஒருவன் இது போன்ற மனபயிற்சிகளில் ஈடுபடுவதற்கு முன்பு, கற்றுக் கொள்ளும் ஒரு திறந்த மன நிலையை அவன் ஏற்று இருக்க வேண்டும். தன்னை மற்றவர்கள் வழிநடத்த ஒருவன் அனுமதிக்க வேண்டும் என்று இதற்கு அர்த்தம் இல்லை. மிக விருப்பமோடு இறுகப்பற்றிக் கொண்டு இருக்கும் எண்ணங்களால் பகுத்தறிவின் ஊடுருவும் ஒளியை தாங்க முடியவில்லை என்றால், பேரார்வமான தேடுதலின் தூய ஒளி வெள்ளத்தில் அவை நடுக்கம் கொண்டால், அவ்வெண்ணங்களைக் கைவிடுமளவுக்கு அவன் தயார் நிலையில் இருக்க வேண்டும் என்பதே இதன் பொருள். "நான் செய்வது சரி" என்று ஒருவன் சொல்லிக் கொண்டு அந்த நிலைப்பாடு சரியா இல்லை தவறா என்பதை கண்டறியக்கூடிய எந்த கேள்விக்கும் அனுமதி மறுப்பவன், தனது வெறி உணர்வுகளையும் முன்அபிப்பிராயங்களையும் பின்பற்றுவான்-, அவனால் நன்மை தீமைகளை ஆய்ந்துணரும் திறனை வளர்த்துக் கொள்ள முடியாது. " நான் சரியானதைச் செய்கிறேனா?" என்னும் தாழ்மை நிலையோடு, தனது நிலைப்பாடு சரியானதாக இருக்க வேண்டும் என உள்ளார்ந்த எண்ணத்தோடு, உண்மையின் மீது கொண்ட அன்பால் அதை சோதித்து நிலை நிறுத்த

முயற்சிப்பவனால், எப்போதுமே உண்மையை பொய்யிடம் இருந்து வேறுப்படுத்தி காண முடியும். விலை மதிக்க முடியாத நன்மை தீமையை ஆய்ந்துணரும் திறனை அவன் பெறுவான்.

தான் கொண்டிருக்கும் கருத்துக்களைப் பற்றி, தனது நிலைப்பாட்டிற்கான காரணங்களைப் பற்றி தேடலில் ஈடுபட அஞ்சுபவன், நன்மை தீமைகளை ஆய்ந்துணரும் இந்த திறனை பெறும் தகுதியை அடையும் பொருட்டு ஒரு முன் பயிற்சியாக நேர்மையான துணிவை வளர்த்துக் கொள்ள வேண்டும்.

ஒருவன் தனக்கு உண்மையாக நடந்து கொள்ள வேண்டும், ஒருவன் தன் மீதே அச்சம் கொண்டிருக்க கூடாது. அதற்கு பின்பே பேருண்மையின் தூய அறநெறிகளை அவனால் உணர்ந்து கொள்ள முடியும், எல்லாவற்றையும் வெளிப்படுத்தும் அந்த பேருண்மையின் ஒளி வெளிச்சத்தை பெற முடியும். உண்மை குறித்த ஆன்மவிசாரணை அதிகமாகும் போது அதன் ஒளி வெள்ள பாய்ச்சல் அதிகமாகும். சோதனைகளோ ஆய்வுகளோ உண்மையை காயப்படுத்த முடியாது.

பொய்யின் மீது கேள்வி கணைகளைத் தொடுக்கும் போது, அதன் இருள் அதிகமாகும். ஒரு தூய்மையான தேடுதல் எண்ணத்தின் வருகையை பொய்யால் ஏற்க முடியாது. "எல்லாவற்றையும் நிருபிப்பது" பொய்யை தூக்கி எறிந்து நன்மையைக் காண வழி செய்யும். எவன் பகுத்து உணர்ந்த காரணங்களை ஆழ்மனதில் சிந்திக்கிறானோ அவன் ஆய்ந்துணரும் திறனைப் பெறுகிறான். எவன் ஆய்ந்துணரும் திறனை பெற்று இருக்கிறானோ அவன் உண்மையைப் பெற்று இருக்கிறான்.

உள்ளார்ந்து எண்ணாதவனை, ஒருமித்த கவனம் கொள்ளாதவனை-, குழப்பம், துன்பம், ஆன்ம இருள் ஆகியன பின் தொடரும்.

உள்ளார்ந்து எண்ணுபவனிடம், மனம் குவிந்த கவனம் கொண்டவனிடம் ஒத்திசைவு நிலை, பேரருள், உண்மையின் ஒளி நிலவிக் கொண்டிருக்கும்.

வெறி உணர்வுகளும், முன் அபிப்பிராயங்களும் கண்மூடித்தனமானவை. அவைகளால் ஆய்ந்துணர முடியாது. அவை கிறிஸ்துவை இன்னும் சிலுவையில் அறைந்து பராபாஸை விடுவித்தவாறு இருக்கும்.

சே.அருணாசலம்

7. நம்பிக்கையே செயல்பாடுகளின் அடிப்படை

மெய்யறிவானவர்களின் போதனைகளில் நம்பிக்கை என்னும் வார்த்தை முக்கிய இடம் வகிக்கின்றது. அனைத்து மதங்களிலும் அது பரவலாக காணப்படுகின்றது. மீட்சி அல்லது புத்துருவாக்கத்திற்கு ஒரு வகையான நம்பிக்கை இன்றியமையாதது என்பது இயேசுவின் அடிப்படை போதனை. உண்மை இட்டுச் செல்லும் பாதையில், சரியான நம்பிக்கையே முதன்மையான முக்கியப்படி என்பது புத்தரின் போதனை. காரணம், சரியான நம்பிக்கை இல்லை என்றால் சரியான நடத்தை இருக்க முடியாது. எவன் ஒருவனுக்கு தன்னைக் கட்டுப்படுத்தி ஆளத் தெரியவில்லையோ அவன் உண்மையின் எளிய அடிப்படைகளையும் இன்னும் விளங்கிக் கொள்ளவில்லை.

பேராசான்கள் போதித்த நம்பிக்கை என்பது எந்த ஒரு சித்தாதந்தம், தத்துவம் அல்லது மதத்தின் மீதான நம்பிக்கை அல்ல. அது ஒருவனது வாழ்வின் முழு பாதையையும் தீர்மானிக்கும் அவனது மனப்பான்மையில் அடங்கி இருக்கின்றது. எனவே, நம்பிக்கை மற்றும் நடத்தை ஆகியன பிரிக்கு முடியாதவை ஆகும். ஒன்று இன்னொன்றை தீர்மானிக்கின்றது.

நம்பிக்கையே செயல்பாட்டின் அடிப்படை. இது இவ்வாறு இருக்க, உள்ளம் அல்லது மனதில் மேலோங்கி இருக்கும் நம்பிக்கையே வாழ்வில் வெளிப்படுகிறது. ஒவ்வொருவனும் அவனது உள்ளிருப்பின் ஆழ வேரூன்றி இருக்கும் நம்பிக்கைக்கு ஏற்ப எண்ணுகிறான், செயல்படுகிறான், வாழ்கிறான். அவையே மனதை கட்டுப்படுத்தி ஆளும் கணித விதிகள். ஒருவனால் ஒரே நேரத்தில் இரு எதிரெதிர் நிலைபாடுகளை நம்புவது சாத்தியமில்லாதது.. எடுத்துக்காட்டாக, நியாயம் மற்றும் அநியாயம், காழ்ப்புணர்வு மற்றும் அன்பு, அமைதி மற்றும் ஆர்ப்பாட்டம், அகம்பாவம் கொண்ட சுயம் மற்றும் உண்மை என இரண்டின் மீதும் ஒரே நேரத்தில் நம்பிக்கை கொள்ள முடியாது. ஒவ்வொரு மனிதனும் அதில் ஒன்றின் மீது அல்லது அதற்கு எதிரான இன்னொன்றின் மீது நம்பிக்கை கொள்கிறான்,

சே.அருணாசலம்

இரண்டின் மீதும் நம்பிக்கை கொள்வது கிடையாது. அவனது நம்பிக்கையின் தன்மை எது என்பதை அவனது அன்றாட வாழ்வின் நடத்தை வெளிப்படுத்தும். எவன் நியாயத்தின் மீது நம்பிக்கை கொண்டிருக்கின்றானோ, அது என்றென்றும் நிலையானது, அழிக்க முடியாத கோட்பாடு என்று கருதுகின்றானோ அவன் கொதித்து எழுந்து அறச்சீற்றம் கொள்வது இல்லை, சமமாக பாவிக்காத வாழ்வின் நிலை குறித்து குற்றங்குறையோ மனச்சோர்வோ கொள்வது இல்லை. அனைத்து சோதனைகள் மற்றும் துன்பங்களையும் சாந்த மனதோடு கலக்கமின்றி கடக்கிறான். வேறு விதமாக செயல்படும் சாத்தியம் அவனுக்கு இல்லை. காரணம், அவன் நியாயம் வென்று ஆளும் என்று அவன் நம்புகிறான்.. எனவே, அநியாயம் எனப்படும் அனைத்தும் விரைந்து மாறக்கூடியன ஆகும், மாயைகள் ஆகும்.

எவன் ஒருவன், தன் சக மனிதனுக்கு ஏற்பட்ட அநியாயம் குறித்து தொடர்ந்து கொதிப்படைகிறோனோ, தான் தவறாக நடத்தப்பட்டது குறித்து புலம்புகிறானோ, தன்னை சுற்றி உள்ள உலகத்தில் எங்கெங்கும் அநியாயம் தலைவிரித்தாடுகிறது என்று வருந்துகிறோனோ அவன் தனது நடத்தையின் மூலமாக, தனது மனப்பான்மை மூலமாக அநியாயத்தில் நம்பிக்கை

கொண்டிருப்பதை சுட்டிக்காட்டுகிறான். அவ்வாறு இல்லை என்று அவன் எவ்வளவு தான் வாதிட்டாலும், அவன் தனது உள்ளத்தின் ஆழத்தில், இந்த பிரபஞ்சத்தில் குழப்பமும் ஒழுங்குமுறையின்மையும் மேலோங்கி இருப்பதை நம்புகிறான், அதன் விளைவாக துக்கத்திலும் இளைப்பாறுதல் இன்றியும் தவிக்கிறான். எனவே, அவனது நடத்தை தவறானதாக உள்ளது.

எவன் அன்பின் மீது, அதன் நிலையான ஆற்றல் மீது நம்பிக்கை கொண்டிருக்கின்றானோ, எல்லா சூழல்களிலும் அதை கடைபிடிக்கிறான், அதிலிருந்து தடம் புரள்வதில்லை. நண்பர்கள், பகைவர்கள் என எந்த வேறுபாடும் இன்றி அனைவர் மீதும் பொழிகிறான். எவன் அவதூறு பரப்புகின்றானோ கண்டனம் செய்கிறானோ, மற்றவர் மீது வெறுப்புடன் மட்டம் தட்டி பேசுகிறானோ, அவன் அன்பை நம்பவில்லை, காழ்ப்புணர்வை நம்புகிறான். அவனது அனைத்து நடவடிக்கைகளுக்கும் அதற்கு சாட்சியம் கூறும், அவன் அன்பு குறித்து நாவினானோ அல்லது பேனாவினாலோ புகழ்ந்து கொண்டாடினாலும்.

அமைதியின் மீது நம்பிக்கை கொண்டிருப்பவன் அவனது அமைதியான செயல்பாடுகளால் அறியப்படுகிறான். சண்டை சச்சரவுகளில் ஈடுபட அவனால் முடியாது. அவன் தாக்குதலுக்கு உள்ளானாலும் அவன் பதில் தாக்குதல் நடத்த மாட்டான். காரணம், அவன் அமைதி தேவதையின் கம்பீரத்தை கண்டு இருக்கிறான். அவனால் இனியும் சண்டை சச்சரவு அரக்கனுக்கு மரியாதை செலுத்த முடியாது. எந்த தூண்டுதலுக்கும் அல்லது எல்லா வித தூண்டுதலுக்கும் தன்னை தற்காத்துக் கொள்ள விழைபவன் சண்டை சச்சரவுகளாலயே சாதிக்க முடியும் என எண்ணுகிறான். அவன் அமைதியோடு உடன்பட மாட்டான்.

மேலும், உண்மையின் மீது நம்பிக்கை கொண்டவன் தன்னைத் துறந்து விட்டுத்தருகிறான்-அதாவது அவனது வாழ்வின் மையமாக வெறியுணர்வுகளையோ, ஆசைககளையோ, தனது இச்சைகளை ஈடேற்றிக் கொள்ளத் துடிக்கும் குண இயல்புகளையோ வைத்துக் கொள்ள மாட்டான். அவன் இவ்வாறு தன்னைத் துறப்பதால் உண்மை அவனுள் உறுதியாக நிலைப்பெறுகிறது. மெய்யறிவான, பழிகூறாத, அழகிய, வாழ்வை அவன் வாழ்கிறான். சுயத்தின் மீது நம்பிக்கை கொண்டவன் தனது தினசரி தன்முனைப்புகளாலும், இச்சைகளை ஈடேற்றிக் கொள்ள துடிக்கும் குண

வாழ்வின் கொந்தளிப்புகளை கடந்த உயர்நிலைகள்

இயல்புகளாலும், வீண் ஆரவாரத்தாலும் அறியப்படுகிறான். ஏமாற்றங்களாலும், துக்கங்களாலும், தண்டனைகளாலும் தொடர்ந்து துன்புறுகிறான்.

உண்மையின் மீது நம்பிக்கை கொண்டு இருப்பவன் துன்பப்படமாட்டான், துன்பத்திற்கு காரணமான சுயத்தை அவன் விட்டொழித்துள்ளதால்.

என்றும் நிலையான, காலத்தால் அழியாத அறநெறிகளை கடைப்பிடிக்கும் ஒருவனின் வாழ்வானது நீதி, நேர்மையோடு அன்பொழுக கூடி வாழும் மனித வாழ்வை நோக்கி அவனை அழைத்துச் செல்லும். அவ்வறநெறிகளை நம்ப மறுக்கும் ஒருவனின் வாழ்வு, அவனது தனிப்பட்ட வாழ்வில் மட்டும் அல்ல அவன் மற்ற மனிதர்கள் உடன் செயல்படும் போதும் பெரும் குழப்பமாக அவன் மீது விடிகிறது.

நீதி, நேர்மை, இரக்கம், அன்பு போன்ற தெய்வீக அறநெறிகளின் மீதான நம்பிக்கை என்பது நம்பிக்கை சரியானதாக இருந்தால் நடத்தை சரியானதாக இருக்கும் என புத்தர் வகுத்த

பாதையை ஒத்ததாகும். கிறிஸ்துவ நூல்கள் துன்பத்தில் இருந்து மீள முடியும் என நம்ப வலியுறுத்துகின்றன. அதை நம்பும் ஒருவன் தன் முழுவாழ்வையும் இந்த அறநெறிகளைச் சார்ந்து வாழ, இதயத் தூய்மையுடனான அவன் வாழ்வு, நன்னெறி வாழ்வாகிறது. துன்பத்திலிருந்து விடுபட்டு மீள முடியும் என அவன் நம்பிக்கை கொண்டவனாக இருந்தால், அப்படி தான் அவன் வாழ முடியும். வேறு வழியில் வாழ முடியாது.

இவ்வறநெறிகளின் எதிர் நெறிகளில் நம்பிக்கை வைப்பது உண்மை மதங்களின் மீதான அவநம்பிக்கை என்பதாகும். அத்தகைய அவநம்பிக்கை பாவங்களும் குழப்பங்களும் நிறைந்த ஒரு தவறான வாழ்வாக வெளிப்படுகிறது.

எங்கே சரியானவற்றின் மீது நம்பிக்கை இருக்கிறதோ அங்கே பழிக்கூறாத நிறைவான வாழ்வு இருக்கும். எங்கே பொய்யானவற்றின் மீது நம்பிக்கை இருக்கிறதோ அங்கே பாவம், துக்கம் உறைந்து இருக்கும். தவறாக ஆளப்படும் மனமும் வாழ்வும் துன்பத்தையும் பதட்டத்தையும் கொண்டு வரும். "கனிந்து வரும் விளைவால் ஒன்றின் செயல்பாட்டை நீங்கள் தெரிந்து கொள்ளலாம்.

வாழ்வின் கொந்தளிப்புகளை கடந்த உயர்நிலைகள்

"இயேசுவின் மீதான நம்பிக்கை" என்று பலரும் பேசுகிறார்கள். ஆனால், இயேசுவின் மீதான நம்பிக்கை என்பதன் பொருள் என்ன? அதன் பொருள் அவர் உரைத்த வார்த்தைகளின் மீது நம்பிக்கை, அவர் தெளிவாக வாழ்ந்து காட்டி விளக்கிய அறநெறிகளின் மீதான நம்பிக்கை, அவரது கட்டளைகளிலும் எடுத்துக் காட்டான வாழ்வின் மீதும் ஆன நம்பிக்கை. எவன் ஒருவன், இயேசுவை தான் நம்புவதாக அறிவித்து விட்டு இச்சைகளிலும் தன்முனைப்புகளிலும் ஆன வாழ்வில் உழல்கிறானோ அல்லது வெறுப்பு, காழ்ப்புணர்வு, கண்டனங்களை உமிழ்ந்தபடி வாழ்கிறானோ, அவன் சுய மாயையில் சிக்கி தன்னையே ஏமாற்றிக் கொள்கிறான். அவன் இயேசுவை நம்பவில்லை, தனது கீழ்நிலை இச்சைகளை, உணர்வுகளை நம்புகிறான். தனது எஜமானனின் கட்டளைகளை நிறைவேற்றுவதில் மகிழ்ச்சிக் கொள்ளும் உண்மையான வேலைக்காரன் போல, இயேசுவை நம்புபவன் அவரது கட்டளைகளை கடைப்பிடித்து தன்னை பாவங்களில் இருந்து விடுவித்துக் கொள்கிறான். ஒருவன் இயேசுவை நம்புகிறானா இல்லையா என்பதை அறுதியிட்டு சொல்லும் சோதனை இது தான்: நான் அவரது கட்டளைகளை கடைப்பிடிக்கிறேனா? கீழ்காணும் வார்த்தைகளால்

புனித ஜான் இந்த பரிசோதனையை விரித்துரைக்கிறார்: ”எவன் இயேசுவை நம்புவதாக கூறிக்கொண்டு அவரது வார்த்தைகளைக் கடைப்பிடிக்காமல் இருக்கிறானோ அவன் பொய்யன். ஆனால் எவன் அவரது வார்த்தைகளை கடைப்பிடிக்கிறோனோ அவன் கடவுளின் வார்த்தையை நிறைவேற்றுகிறான்.

மனிதர்களின் ஒழுக்கப் பண்புகளுக்கு அவர்களது நம்பிக்கையே வேராக இருந்து செயல்படுவதை ஒரு நடுநிலையான, வளைந்து கொடுக்காத ஆராய்ச்சி நிரூபித்துக் காட்டும். ஒவ்வொரு எண்ணமும், ஒவ்வொரு செயலும், ஒவ்வொரு பழக்கமும், ஒரு குறிப்பிட்ட உறுதியாக நிலைப்பெற்றுள்ள நம்பிக்கையின் விளைவே ஆகும். ஒருவனது நம்பிக்கையில் மாற்றம் ஏற்படும் போது தான் அவனது நடத்தையில் மாற்றம் ஏற்படும். நாம் எதை நம்புகிறோமோ அதை இறுக பற்றிக்கொள்கிறோம். எதை நம்புகிறோமோ அதை பின்பற்றுகிறோம். ஒன்றின் மீது நம்பிக்கை இழக்கும் போது அதை இறுக பற்றி கடைபிடித்துக் கொள்ள முடியாது. நமது உடம்புக்கு பற்றாமல் போகும் பழைய ஆடையை போல அது கழன்று விடப்படும். மனிதர்கள் இச்சைகளையும், பொய்களையும் ஆரவார தற்பெருமைகளையும் பற்றிக் கொண்டிருப்பதற்கு காரணம் அதை

வாழ்வின் கொந்தளிப்புகளை கடந்த உயர்நிலைகள்

அவர்கள் நம்புகிறார்கள். அதில் மகிழ்ச்சியும் ஆதாயமும் இருப்பதாக நம்புகிறார்கள். அந்த நம்பிக்கையை தெய்வீக குணங்களான உள்ளத்தூய்மையிலும் தன்னடக்கத்திலும் வைத்தால் எந்த பாவமும் அவர்களை தொல்லைப் படுத்த முடியாது.

மனிதர்கள் பெருந்தவறுகளில் இருந்து காப்பாற்றப்பட்டு இருப்பதற்குக் காரணம் அவர்கள் பேருண்மையின் மீது கொண்டிருக்கும் நம்பிக்கை தான். அவர்கள் பாவங்களில் இருந்து காப்பாற்றப்படுவதற்குப் புனித தன்மையின் மீது கொண்டிருக்கும் நம்பிக்கை தான் காரணம். நன்மையின் மீது கொண்டிருக்கும் நம்பிக்கையின் காரணமாக தீமையிலிருந்து காப்பாற்றப்படுகிறார்கள். ஒவ்வொரு நம்பிக்கையும் வாழ்வில் நிச்சயம் வெளிப்படும். ஒரு மனிதன் எந்த மத கோட்பாடுகளின் மீது நம்பிக்கையைக் கொண்டிருக்கிறான் என்று உட்புகுந்து ஆராய்வது தேவையற்றது. இயேசு அவனுக்காக உயிர் துறந்தார், இயேசு கடவுள் என்று ஒருவன் நம்புவதால் என்ன வந்து விடப்போகிறது அல்லது அவன் தன் கீழ்தர பாவ செயல்களில் ஈடுபட்டு அதைச் சரிக்கட்ட இந்த நம்பிக்கையைக் கொண்டிருப்பதாக நியாயப்படுத்தலாம்? எனவே, கேட்கப்படவேண்டிய ஒரே கேள்வி, "ஒரு மனிதன்

சே.அருணாசலம்

எப்படி வாழ்கிறான்?", சோதனை மிகுந்த சூழ்நிலைகளில் அவன் எவ்வாறு நடந்து கொள்கிறான்? இந்த கேள்விக்கான விடைகள் ஒரு மனிதன் தீமையின் ஆற்றலை நம்புகிறானா அல்லது நன்மையின் ஆற்றலை நம்புகிறானா என தெளிவுப்படுத்தும்.

நன்மையின் ஆற்றலில் நம்பிக்கை கொண்டிருப்பவன் நன்மையான, ஆன்மீகமான அல்லது தெய்வீக வாழ்வை வாழ்கிறான். நன்மை தான் கடவுள். நன்மையே கடவுள். எல்லாம் வல்ல அந்த நன்மையின் மீது மாறாத உறுதியான நம்பிக்கை கொண்டிருப்பவன் விரைவிலேயே அவனை சார்ந்து இருக்கும் பாவங்களையும் துக்கங்களையும் கைவிடுவான்.

8. காப்பாற்றும் நம்பிக்கை

ஒரு மனிதனது முழு வாழ்வும் அவனது குண இயல்புகளும் அவனது நம்பிக்கையிலிருந்தே வெளிப்படுவதாக கூறப்படுகிறது. ஒருவன் கொண்டிருக்கும் நம்பிக்கைக்கு அவனது வாழ்வோடு எந்த வித தொடர்பும் இல்லை என இன்னொரு கருத்தும் நிலவி வருகிறது. இரண்டு கருத்துக்களும் உண்மை தான். இந்த இரு முரண்பட்ட கருத்துக்களினால் மேல் எழுந்துள்ள குழப்பம் என்பது மேலோட்டமானது தான். மூளையால் நம்புவது, இதயத்தால் நம்புவது என முற்றிலும் இரு வேறு விதமான நம்பிக்கைகள் இருப்பதை நினைவு கூர்ந்தால் இந்த குழப்பம் உடனே விலகிவிடும்.

மூளையால் நம்புவதை அல்லது புத்தியின் நம்பிக்கையை அடிப்படையானதாக உயிரோட்டம் மிக்கதாக கருத முடியாது. அது ஒரு காரணத்தின் விளைவாக நம்பப்படும் மேலோட்டமான ஒன்று. ஒருவனது குண இயல்பை வடிவமைப்பதற்கான எந்த ஆற்றலும் அதற்கு இல்லை. ஆழ்ந்து நோக்கும் தன்மையற்றவர்கள் கூட இதை எளிதில் கண்டு உணர்வார்கள். உதாரணத்திற்கு, எந்த ஒரு மதப்பிரிவை வேண்டுமானாலும் தேர்ந்து எடுத்து அதிலிருந்து அரை டசன் மனிதர்களை ஆய்வுக்கு எடுத்துக் கொள்ளுங்கள். அவர்கள் அனைவரும் ஒரே விதமான மதநம்பிக்கையை மட்டும் கொண்டு இருக்கவில்லை, ஆனால் நம்பிக்கை சார்ந்த விஷயங்களின் நுட்பமான சிறிய கூறுகளையும் அவர்கள் மாற்று கருத்தின்றி அப்படியே ஏற்றுள்ளார்கள். இருந்தும் அவர்களது குண இயல்புகள் பெரிய அளவில் வேறுப்படுகின்றன. ஒருவன் மிக உயர்ந்த குணம் கொண்டவனாக இருக்க மற்றவனோ மிகத் கீழான குணம் கொண்டவனாக இருப்பான். ஒருவன் மென்மையானவனாகவும் கனிவானவனாகவும் இருக்க இன்னொருவன் முரட்டு தனமாகவும் கடுமையாகவும் இருப்பான். ஒருவன் நேர்மையானவன், இன்னொருவன் நேர்மையற்றவன். ஒருவன் விரும்பி ஈடுபடும் சில வகையான பழக்கங்களை இன்னொருவன் அறவே தவிர்ப்பான். இப்படி சொல்லிக் கொண்டே

வாழ்வின் கொந்தளிப்புகளை கடந்த உயர்நிலைகள்

போகலாம். இவை எதை சுட்டிக் காட்டுகின்றன என்றால் ஒருவன் சமய நூல்கள், மத தத்துவங்கள், சாஸ்திரங்கள், சடங்குகள் ஆகியவற்றின் மீது கொண்டிருக்கும் நம்பிக்கை அவனது வாழ்வில் ஒரு தாக்கத்தை ஏற்படுத்தக் கூடிய அளவு வலிமை மிக்கதாக இருக்காது.

ஒருவனது மத நம்பிக்கை என்பது பிரபஞ்சத்தைப் பற்றிய அவனது புத்தியின் கருத்து அல்லது புத்தியின் பார்வை என்பதைத் தவிர பெரிதாக ஒன்றும் இல்லை. கடவுள், பைபிள், முதலியவைகள் பற்றி அவன் மூளையில் கொண்டிருக்கும் நம்பிக்கையைக் கடந்து அவனது உள்ளிருப்பின் ஆழத்தில் அமைதியாக, இரகசியமாக அவனது இதய நம்பிக்கை மறைவாக ஒளிந்து இருக்கின்றது. இந்த இதய நம்பிக்கை தான் அவனது முழு வாழ்வையும் வடிவமைத்து உருவாக்குகின்றது. மதம் தொடர்பான ஒரே வித நம்பிக்கையை அந்த ஆறு பேரும் கொண்டிருந்தாலும் செயல்பாடுகளில் அவர்களிடையேயான பெரும் வேறுப்பாட்டை இந்த இதய நம்பிக்கை தான் ஏற்படுத்துகிறது. அவர்கள் தங்களுக்குள்ள இதய நம்பிக்கையில் வேறுப்படுகிறார்கள்.

எனவே, இந்த இதய-நம்பிக்கை என்பது தான் என்ன?

எதை ஒருவன் தன் ஆன்மாவின் உள் விருப்பமோடு பற்றிக் கொண்டு போற்றி வளர்க்கின்றானோ, அது தான் அவனது இதய நம்பிக்கை. அவன் அதை விரும்பி பற்றி இதயத்தில் போற்றியவாறு வளர்க்க காரணம் அவன் அதை நம்புவது தான். அவன் அதை நம்புவதால் கடைப்பிடிக்கிறான். எனவே அவன் வாழ்வு அவன் கொண்ட இதய நம்பிக்கையின் விளைவு ஆகின்றதே தவிர அந்த குறிப்பிட்ட மதம் சார்ந்த அவனது புத்தியின் நம்பிக்கைக்கும் அவன் வாழ்வுக்கும் எந்த தொடர்பும் இல்லை. ஒருவன் களங்கமானவைகளை, தீயநெறிகளை பற்றிக் கொண்டு இருக்கிறான், காரணம், அவன் அவற்றை நம்புகிறான். இன்னொருவன் அவற்றை பற்றாமல் இருப்பதற்கு காரணம், அவன் அவற்றை நம்பவில்லை. ஒருவன் ஒன்றை நம்பும் போது தான் அவனால் அதை பற்றிக் கொண்டு இருக்க முடியும். நம்பிக்கை என்பது எப்போதும் செயல்பாட்டுக்கு முன்னோடியாக இருக்கின்றது. எனவே, ஒருவனது வாழ்வும் செயல்பாடுகளும் அவனது நம்பிக்கையின் விளைவுகளே ஆகும்.

வணிகத்தின் பொருட்டு ஒரு ஊரில் இருந்து மற்றொரு ஊருக்கு நடைப்பயணமாக சென்று கொண்டிருந்த ஒருவனை கொள்ளையர்கள் வழிமறித்து அவனது உடைமைகள் பறித்துக் கொண்டு அவனை இரத்தம் வடியும் அளவு தாக்கி வழியில் துடிதுடிக்க விட்டு சென்றனர். அவ்வழியே பயணம் செய்த யூத மத பூசாரியும் சரி, பூசாரிகளுக்கு உதவியாளர்களாக இருக்கும் லேவியனும் சரி, அவர்களது மூதாதையர்கள் வழங்கியிருந்த மத கோட்பாடுகள், தத்துவங்கள் ஆகியவற்றின் மீது சந்தேகத்துக்கு இடமில்லாமல் நம்பிக்கை கொண்டிருந்தவர்களே, அது அவர்களது புத்தியின் நம்பிக்கை. ஆனால், அவர்கள் இதயங்களில் இரக்கம் என்பதைக் குறித்து நம்பவில்லை. அதனால் தான் அவர்கள் காயம் பட்ட மனிதனைக் கண்டும் காணாமல் கடந்து சென்றனர். அவ்வழியே சென்ற சாமாரியன், மதக்கோட்பாடுகள், தத்துவங்கள் மீது நம்பிக்கை கொண்டிருந்திருக்கலாம் அல்லது நம்பிக்கையற்றவனாகவும் இருந்திருக்கலாம், அவற்றில் அவன் நம்பிக்கை கொண்டிருக்க வேண்டும் என எந்த அவசியமும் இல்லை. ஆனால் இரக்கம் குறித்து இதய நம்பிக்கை கொண்டிருந்தான். எனவே, காயம்பட்டவனுக்கு உதவும் வகையில் செயல்பட்டான்.

சுருக்கமாக கூற வேண்டும் என்றால், வாழ்வின் மீது ஆதிக்கம் செலுத்தக்கூடிய அளவுக்கு இரண்டு வித நம்பிக்கைகள் தான் இருக்கின்றன. அவை-, நன்மையின் மீதான நம்பிக்கை மற்றும் தீமையின் மீதான நம்பிக்கை.

நன்மையானவற்றை நம்புபவன் அவற்றை விரும்புகிறான், அவற்றில் வாழ்கிறான். மாசுநிறைந்தவைகளை, சுயநலம் பொருந்தியவைகளை நம்புபவன் அவற்றை விரும்பி பற்றிக் கொள்கிறான். மரம், அதில் காய்க்கும் கனியால் அறியப்படுகிறது.

கடவுளை பற்றி, இயேசுவை பற்றி, பைபிளை பற்றி ஒருவன் கொண்டிருக்கும் நம்பிக்கை என்பது ஒன்று. அவனது வாழ்வின் செயல்பாடுகள் என்பது இன்னொன்று. எனவே, ஒருவன் மதகோட்பாடுகள், தத்துவங்கள் ஆகியவற்றின் மீது கொண்டிருக்கும் நம்பிக்கை முக்கியத்துவம் வாய்ந்தது அல்ல. ஆனால், அவன் மனதில் ஆழவேரூன்றி நிலைப்பெற்று இருக்கும் எண்ணங்கள், மற்றவர்களிடம் அவன் கொண்டிருக்கும் மனப்பான்மை, அவனது செயல்பாடுகள் ஆகிய இவை தான், இவை மட்டுமே தான்-, ஒருவனது இதய நம்பிக்கை உண்மை மீது இருக்கிறதா இல்லை பொய்மை மீது இருக்கிறதா என மெய்பிக்கும்.

9. எண்ணமும் செயலும்

மரத்தில் காய்க்கும் கனி போல, ஊற்றில் இருந்து சுரக்கும் நீர் போலவே தான் எண்ணத்திலிருந்து செயலும் பிறக்கின்றது. காரணங்கள் ஏதுமின்றி அது திடிர் என நிகழவில்லை. அது ஒரு நீண்ட நெடிய அமைதியான வளர்ச்சியின் பின்விளைவு, வெளிப்படுவதற்கு வேண்டிய ஆற்றலை சேகரித்துக் கொண்டிருந்த ஒரு ஒளிவுமறைவான செயல்பாட்டின் முடிவு. மரத்தில் காய்க்கும் கனி, பாறையில் இருந்து சுரக்கும் நீர் ஆகிய இரண்டும் பல இயற்கை செயல்பாடுகள் ஒருமித்து செயல்பட்டதன் விளைவாக நிகழ்ந்த ஒன்று. காற்று, மண் ஆகிய இரண்டும் இந்த நிகழ்வை ஏற்படுத்த நீண்ட நெடுங்காலம் இரகசியமாக இணைந்து பணிபுரிந்து இருக்கின்றன. மெய்ஞானத்தின் அழகிய செயல்களும் சரி, பாவத்தின் இருள்மயமான செயல்களும் சரி இரண்டுமே, நெடுங்காலமாக மனதில் வரவேற்கப்பட்டு நிலைப்பெற்று இருக்க அனுமதிக்கப்பட்ட தொடர் எண்ணங்கள் முற்றி கனிந்ததன் விளைவே ஆகும்.

மிகப் பெரும் தூண்டுதலின் காரணமாக, வருத்தப்படும் அளவிற்கு ஒரு பாவத்தைப் புரிந்து ஒருவன் தன் நிலையிலிருந்து திடிர் என சரிகிறான். அவன் அவ்வாறு கீழ்நிலைக்குச் சருக்கி விழுக கூடியவன் அல்ல என்று உயர்வாக பெரிதும் நம்பப்படலாம். அத்தகையவனே கூட தன்னைப் பற்றி அவன் உறுதியானவன், தூண்டுதல்களுக்கு ஆளாக கூடியவன் அல்ல என நம்பிக் கொண்டு இருந்திருக்கலாம். ஆனாலும் மறைவாக உள்ளிருந்து செயல்பட்டு இந்த நிலைக்கு அழைத்து வந்த எண்ணங்களின் தன்மை வெளிகொணாரப்பட்டால் இந்த சருக்கலை திடிர் என நிகழ்ந்த ஒன்றாகவோ அல்லது காரணமின்றி நிகழ்ந்த ஒன்றாகவோ கருத முடியாது. இந்த சருக்கல் என்பது, சில அல்லது பல ஆண்டுகளுக்கு முன் மனதில் படர ஆரம்பித்த எண்ணங்கள், முழு வடிவம் பெற்று முடிவுக்கு வந்து இருக்கின்றன என்பதன் வெளிப்பாடே. ஒரு தவறான எண்ணத்தை தன் மனதில் நுழைய ஒருவன் அனுமதிக்கின்றான். பின் இரண்டாவது, மூன்றாவது தவனையாக வரவேற்கும் போது, அவற்றைத் தன் இதயத்தில் குடி புக வைக்கிறான். படிப்படியாக, அவற்றோடு ஒத்துப் போவதை வழக்கமாக்கி கொள்கிறான், ஊக்குவிக்கிறான், பாதுகாக்கிறான். எனவே, அது வளர்கிறது. எது வரை என்றால், வெடித்து வெளிப்படுவதற்கு வேண்டிய ஆற்றலும் வலிமையும் பெற்று அந்த எண்ணங்கள் முற்றி

செயலாக கனிந்து வடிவம் எடுப்பதற்கு உகந்த சூழ்நிலையை அது ஈர்க்கும் வரை. புகழ்பெற்ற உறுதியான கட்டிடங்களும் அவற்றின் அடித்தளம் காலப்போக்கில் நீரினால் அரித்து எடுக்கப்படுவதால் சரிந்து இடிவதைப் போல, வலிமையான மனிதனும், இழிநிலை எண்ணங்கள் தன்னுள் படர, அவை அவன் குணநலன்களை, இயல்பை கெடுக்க இரகசியமாக அனுமதிக்கும் போது சரிந்து விழுகிறான்.

எல்லா வித பாவங்கள், தூண்டுதல்கள் ஆகியன யாவுமே தனி ஒருவனது எண்ணங்களின் தன்மையால் இயல்பாக வெளி கொணாரப்பட்டவை தான் என்று காணும் போது பாவத்தில் இருந்தும், தூண்டுதல்களில் இருந்தும் மேல் எழும் வழி தெள்ளத் தெளிவாகின்றது. அதை அடையும் சாத்தியங்களும் அருகில் தான், எனவே மிக விரைவிலோ அல்லது காலம் தாழ்ந்தாவது நிச்சயம் அடையக் கூடிய ஒரு நிலை தான் என்றாகி விடுகிறது. காரணம், ஒருவன் தூய்மையும் நன்மையுமான எண்ணங்களை அனுமதித்து, போற்றி அவ்வெண்ணங்களைத் தொடர்ந்து அடைகாத்தால், (களங்கமான எண்ணங்கள் எப்படி வளர்ந்து ஆற்றலை சேகரித்துக் கொள்கின்றனவோ, அது போல) அவை வளர்ந்து கனிந்து செயல் வடிவம் பெறுவதற்கான வாய்ப்புக்களைக் கவர்ந்து ஈர்க்கும்.

''வெளிப்படுத்தப்படாமல் ஒளிந்தே இருக்கக் கூடிய ஒன்று என்று எதுவுமில்லை''. பிரபஞ்சத்தில் ஒன்று அற கலந்து இருக்கும் உயிராற்றல்-, மனதில் அனுமதிக்கப்பட்டு ஊக்குவிக்கப்பட்ட ஒவ்வொரு எண்ணமும், அதன் தன்மைக்கு ஏற்ப-, நற்செயலாகவோ தீய செயலாகவோ மலர வழிவகைச்செய்யும். மெய்யறிவு பெற்ற ஆசான், புலனின்ப வேட்கையில் திளைத்துக் களிப்பவன் ஆகிய இருவருமே அவர்களது உள்ளார்ந்த சொந்த எண்ணங்களின் விளைவாகவே அப்படி இருக்கிறார்கள், அவர்கள் தங்களின் இதய தோட்டத்தில் விழ அனுமதித்த எண்ணவிதைகள், வேரோடு பிடுங்கி நட்ட எண்ணநாற்றுக்களை, பின்பு அவர்கள் நீரூற்றி, பாதுகாத்து வளர்த்ததன் விளைவாகவே அவர்கள் அப்படி ஆகி இருக்கிறார்கள்.

சூழ்நிலைகளோடு முட்டி மோதி மல்யுத்தம் செய்வதால் பாவங்கள், தூண்டுதல்கள் ஆகியவற்றில் இருந்து மீள முடியும் என்று எந்த மனிதனும் நினைப்பு கொள்ள வேண்டாம். அவன் எண்ணங்களை பரிசுத்தப்படுத்துவதால் மட்டுமே அவற்றிலிருந்து மீள முடியும். தன் ஆன்மாவின் அமைதியில், தன் கடமைகளில் ஈடுபடும் போது என

வாழ்வின் கொந்தளிப்புகளை கடந்த உயர்நிலைகள்

ஒவ்வொரு நாளும், எப்போதும் ஒருவன் தவறான எண்ணங்களைப் பற்றாமல் இருக்க அயராது முயற்சித்து மீள வேண்டும். பின்பு அவற்றுக்குப் பதிலாக உண்மையின் ஒளி பொருந்திய எண்ணங்களை பற்றினால், தீயவை செய்வதற்கான வாய்ப்பு நன்மை செய்வதற்கான வாய்ப்பாக மாறும். காரணம், தனது இயல்புடன் ஒத்திசைபவைகளை மட்டுமே ஒரு மனிதனால் கவர்ந்து ஈர்க்க முடியும். ஒரு தூண்டுதல் எப்போது ஒருவனை ஈர்க்க முடியும் என்றால் அவனது உள்ளத்தின் எந்த உணர்வையாவது அத்தூண்டுதலால் தட்டி எழுப்ப முடியும் என்றால் மட்டுமே.

எனவே, உங்கள் எண்ணங்களை, நீங்கள், விழிப்புடன் கண்காணிக்க வேண்டும். உங்களது இரகசிய எண்ணங்களில் என்னவாக நீங்கள் இன்று இருக்கிறீர்களோ, அதற்கு ஏற்ப, மிக விரைவிலோ அல்லது காலம் தாழ்ந்தோ, நீங்கள் செயல்படுவீர்கள். எவன் தன் மனதின் வாயில்களைத் தீய எண்ணங்கள் உட்புகுந்து விடாமல் இடையறாது காவல் காத்து, அன்பான, தூய்மையான, வலிமையான, அழகான எண்ணங்களில் தவழ்கின்றானோ, அவ்வெண்ணங்கள் முற்றும் பருவம் வரும்போது, மென்மையும் புனிதமுமான செயல்கள் என்னும்

கனிகளை அவ்வெண்ணங்கள் அவனுக்கு ஈன்று எடுக்கும். அவனை எதிர்த்து வரும் எந்தத் தூண்டுதலும், அவற்றை அவன் எதிர் கொள்ளுவதற்கு உரிய ஆயுதங்கள் இன்றியோ அல்லது முன் எச்சரிக்கை உணர்வின்றி இருப்பதையோ காண முடியாது.

10. உங்களது மேலோங்கிய மனப்பான்மை

எண்ணங்களை இயல்பாகவே எண்ணும் ஓர் உயிர் என்ற அடிப்படையில், உங்களது மேலோங்கிய மனப்பான்மையே உங்கள் வாழ்வின் நிலையை நிர்ணயிக்கும். உங்களுக்குள்ள அறிவின் தெளிவை, நீங்கள் சாதித்தவைகளை அளப்பதற்க்கான அளவுகோலும் உங்களது மேலோங்கிய மனப்பான்மையே. நீங்கள் உங்களது தகுதியால் கடந்து செல்ல முடியாது என கருதப்படுபவைகள் எல்லாம் உங்கள் எண்ணங்களின் எல்லைக்கோடுகளே. அவை நீங்களாக உங்களுக்கு அமைத்துக் கொண்ட வேலிகள் ஆகும். அதை நீங்கள் குறுகிய வட்டமாகச் சுருக்கலாம், பரந்த ஒன்றாக மாற்றலாம் அல்லது இருக்கும் நிலையிலேயே விடலாம்.

சே.அருணாசலம்

உங்கள் எண்ணங்களை எண்ணுபவர் நீங்கள் தான். அப்படி இருக்க உங்களையும் உங்கள் வாழ்வின் நிலையையும் அமைத்துக் கொள்பவர் நீங்கள் தான். எண்ணம் இயல்பாக வரக்கூடியது, உருவாக்கும் திறன் கொண்டது. அதன் விளைவே உங்கள் குணமாக, உங்கள் வாழ்வாக வெளிப்படுகிறது. உங்கள் வாழ்வு என்னும் பயணத்தில் விபத்து என்று எதுவும் இல்லை. உங்கள் வாழ்வோடு ஒத்து இசைபவைகளும் சரி முரண்படுபவைகளும் சரி உங்கள் எண்ணங்கள் ஏற்படுத்திய எதிரொலிகளே. ஒரு மனிதன் எண்ண, அவன் வாழ்வு வெளிப்படுகின்றது.

உங்களது மேலோங்கிய மனப்பான்மை நிம்மதியானதாகவும் அன்பானதாகவும் இருந்தால், பெருமகிழ்ச்சியும் பேரருளும் உங்களைப் பின் தொடரும். அது எதிர்ப்புணர்வாகவும் காழ்ப்புணர்வாகவும் விரவி இருந்தால் தொல்லைகளும் இடையூறுகளும் உங்கள் பாதையை மேகங்களாக சூழும். தீய எண்ணங்கள் துயரத்தையும் பேரழிவையும் தரும். நல் எண்ணங்களை ஆறுதலை தந்து மீட்டு எடுக்கும்.

வாழ்வின் கொந்தளிப்புகளை கடந்த உயர்நிலைகள்

உங்கள் சூழ்நிலைகள் உங்களில் இருந்து வேறுப்பட்ட தனித்த ஒன்று என்று நீங்கள் கற்பனை செய்கிறீர்கள், ஆனால் அவை உங்கள் எண்ண உலகுடன் நெருங்கிய தொடர்பில் இருப்பதாகும். போதிய காரணங்கள் இன்றி எதுவும் முன் தோன்றாது. ஒரு நியாயமான காரணத்தினாலேயே யாவும் நடக்கின்றன. எதுவும் விதிக்கப்படவில்லை, எல்லாமே உருவாக்கப்பட்டு இருக்கின்றன.

உங்கள் எண்ணங்களில், நீங்கள் பயணம் செய்கிறீர்கள். நீங்கள் அன்பு செலுத்துவதாலும் உள்ளார்ந்த ஆர்வத்தாலும் ஈர்க்கிறீர்கள். இன்று நீங்கள் இருக்கும் இடத்திற்கு உங்கள் எண்ணங்கள் உங்களை அழைத்து வந்து இருக்கின்றன. உங்கள் எண்ணங்கள் உங்களை அழைத்து செல்லும் இடத்தில் நாளை இருப்பீர்கள். உங்கள் எண்ணங்களின் விளைவுகளில் இருந்து நீங்கள் தப்ப முடியாது. ஆனால் அவற்றின் விளைவை தாங்கி அதில் இருந்து நீங்கள் பாடம் கற்கலாம். அவற்றை ஏற்று மகிழ்ச்சி அடையலாம்.

உங்கள் உள்ளார்வமான விருப்பம் (உடன் உறையும் ஆழமாக வேரூண்றிய எண்ணம்) அதிகம் நிறைவேற கூடிய சூழலை நீங்கள் எப்போதும் அடைவீர்கள். உங்கள் உள்ளார்வமான விருப்பம் கீழ்நிலையானதாக இருந்தால், கீழ்நிலையானதை நிச்சயம் அடைவீர்கள்; அழகானதாக இருந்தால் அழகான இடத்தை நிச்சயம் அடைவீர்கள். உங்கள் எண்ணங்களை நீங்கள் மாற்றிக் கொள்ள முடியும், எனவே உங்கள் சூழலை நீங்கள் மாற்றிக் கொள்ள முடியும். உங்களுக்கு வழங்கப்பட்டு இருக்கும் உன்னதமான பொறுப்பின் மகத்துவத்தை உணர்ந்து கொள்ள முயற்சி செய்யுங்கள். நீங்கள் பேராற்றல் பொருந்தியவர். வலிமையற்றவர் அல்ல. ஏற்று கடைபிடிக்கவும் உங்களுக்கு ஆற்றல் வழங்கப்பட்டு இருக்கிறது. ஏற்காமல் மறுக்கவும் உங்களுக்கு ஆற்றல் வழங்கப்பட்டு இருக்கிறது. மனமாசு மிக்கவராக இருப்பதற்கு வலிமைப் பெற்று இருப்பதைப் போல மனமாசு அறுத்தவராக இருக்கவும் வலிமைப் பெற்று இருக்கிறீர்கள். அறியாமையில் உழலும் தகுதி பெற்று இருப்பதைப் போல மெய்யறிவை பெற்று இருக்கவும் தகுதி பெற்று இருக்கிறீர்கள். நீங்கள் விரும்பியதைக் கற்கலாம், இல்லை அறியாமயில் இருக்கலாம், அது உங்களின் தேர்வு. நீங்கள் தெளிந்த அறிவை உள்ளார்ந்த ஆர்வத்தோடு விரும்பினால் அதைப் பெறுவீர்கள். மெய்யறிவை உள்ளார்ந்த ஆர்வத்தோடு விரும்பினால் அதை அடைவீர்கள்.

வாழ்வின் கொந்தளிப்புகளை கடந்த உயர்நிலைகள்

மனமாசு அறுத்த நிலையை உள்ளார்ந்த ஆர்வத்தோடு விரும்பினால் அதை உணர்வீர்கள். எல்லாமும் உங்கள் சம்மதத்திற்கும் ஏற்றுக்கொள்ளுதலுக்கும் மட்டுமே காத்திருக்கின்றன. நீங்கள் தேர்ந்து எடுத்து ஊக்குவிக்கும் எண்ணங்கள் வாயிலாக இதை செய்கிறீர்கள்.

ஒருவன் அறியாமையில் இருக்கக் காரணம் அவன் அறியாமையை விரும்புகிறான். அறியாமை எண்ணங்களை விரும்பி தேர்ந்தெடுகிறான். ஒருவன் மெய்யறிவாளன் ஆகக் காரணம் அவன் மெய்யறிவான எண்ணங்களை விரும்பி தேர்ந்து எடுப்பது தான். ஒருவன் தன்னைத் தானே முடக்கிக் கொள்கிறானே ஒழிய, எவன் ஒருவனும் இன்னொருவனால் முடக்கப்படுவது இல்லை. யாரும் இன்னொருவனால் துன்பப்படுவது இல்லை. அவனது துன்பத்துக்குக் காரணம் அவன் தான். தூய்மையான எண்ணம் என்னும் பெருமை மிகு நுழைவாயிலினுள் நுழைந்து நீங்கள் உயர்ந்த சுவர்கத்தை அடையலாம். களங்கமான எண்ணம் என்னும் சிறுமை மிகு நுழைவாயிலின் வழியாக தாழ்ந்த நரகத்தை அடையலாம்.

மற்றவர் மீது நீங்கள் கொண்டிருக்கும் மனப்பான்மை இம்மி அளவும் குறையாமல் உங்கள் மேல் மறுவினை ஆற்றும். மற்றவருடன் நீங்கள் கொண்டிருக்கும் உறவுகளின் தன்மையாக அது உங்கள் வாழ்வில் வெளிப்படும். நீங்கள் எண்ணும் களங்கமான, சுயநலமான எண்ணம் ஒவ்வொன்றும் ஏதோ ஒரு வகையான துன்பத்தை அளிக்கும் சூழலாக உங்களிடம் திரும்ப வரும். ஒவ்வொரு தூய்மையான சுயநலமற்ற எண்ணமும் ஏதோ ஒரு வகையான பேரருள் சூழலாக மீண்டும் உங்களை வந்து சேரும். உங்கள் சூழல் என்பது உள்ளத்தில் ஒளிந்திருக்கும் காரணத்தின் விளைவு. உங்கள் எண்ணங்களின் தாய்-தந்தை என்ற முறையில் உங்கள் நிலையையும் சூழலையும் வடிவமைப்பவர் நீங்கள் தான். உங்களை நீங்கள் அறிந்து கொண்டால், உங்கள் வாழ்வில் நடைப்பெறும் ஒவ்வொரு நிகழ்வும், நேர்மை குறைவில்லாத சீர்தூக்கும் கோலில் தகுந்த காரணங்களின் எடைக்கு ஏற்ற அளவு நிகழ்வதை உணர்வீர்கள். உங்கள் உள்மனதில் நீதியை நீங்கள் புரிந்து கொண்டால்;- உங்களை நீங்கள் செயல்பட முடியாதவராக, சூழ்நிலைகளால் ஆட்டுவிக்கப்படும் கண்மூடித்தனமான கருவியாக கருத மாட்டீர்கள். ஆனால் வலிமையும் ஆராய்ந்து நோக்கும் பார்வையும் கொண்ட தலைவனாக உருமாறுவீர்கள்.

வாழ்வின் கொந்தளிப்புகளை கடந்த உயர்நிலைகள்

11. விதைப்பும் அறுவடையும்

வசந்த கால பருவத்தில் வயல்வெளிகளையும் நாட்டுப்புறங்களில் இருக்கும் நிலங்களையும் பார்வையிட நீங்கள் பயணம் செய்தால், உழவர்களும் தோட்டக்காரர்களும் புதிதாக உழுது பண்படுத்தி வைக்கப்பட்டிருக்கும் நிலத்தில் விதைகளை விதைப்பதில் மும்முரமாக ஈடுபட்டு இருப்பதை நீங்கள் காண்பீர்கள். அந்த விவசாயிகள் அல்லது தோட்டக்காரர்கள் எவரிடமாவது அவர்கள் விதைக்கும் விதையிலிருந்து என்ன விளையும் என்று எதிர்பார்க்கிறார்கள் என்று கேட்டால், அவர்கள் சந்தேகமின்றி உங்களை முட்டாளாகக் கருதுவார்கள். இதில் "எதிர்பார்ப்பதற்கு" என்ன இருக்கிறது, எதை விதைக்கிறோமோ அது தான் விளையும், கோதுமை அல்லது நெல் அல்லது முள்ளங்கி என எதை விதைத்தாலும் சரி, அதுவே தான் திரும்ப விளையும். இது எல்லோருமே அறிந்த ஒரு பொது அறிவு என்று சொல்வார்கள்.

இயற்கையின் ஒவ்வொரு நிகழ்வும், செயல்பாடும் மெய்யறிவு கொண்ட மனிதனுக்கு ஒரு படிப்பினை வழங்கும் பாடத்தை உள்ளடக்கி இருக்கின்றன. நம்மை சுற்றியிருக்கும் இயற்கை உலகில், கணித கோட்பாடுகள் போன்று துல்லியமாகவும் தப்பாமல் நிச்சயமாகவும் செயல்படும் விதிகளே-, மனித மனதிலும் மனித வாழ்விலும் செயல்படுகின்றன. இயற்கை உலகில் இடம் பெறாத விதிகளை மனித மனதிலும் மனித வாழ்விலும் செயல்படுவதைக் காண முடியாது. இயேசுவின் எல்லா உருவக கதைகளும் இதே உண்மையைத் தான் சித்தரிக்கின்றன, இயற்கையின் எளிய வகையான நிகழ்வுகளை கண்டே அவை கடைந்து எடுக்கப்பட்டு இருக்கின்றன. மனித மனதிலும் வாழ்விலும் கூட ஒரு விதை விதைக்கும் செயல்பாடு உள்ளது. இது ஒரு மெய்யுணர்வு விதைப்பாகும். இதனைத் தொடரும் அறுவடையும் விதைக்கப்பட்டதைப் போன்றே இருக்கும். எண்ணங்கள், வார்த்தைகள், செயல்கள் எல்லாம் விதைக்கப்படும் விதைகள். அவை இயற்கை விதியை மீற முடியாமல் தம் இயல்பு கொண்டவைகளையே விளையச் செய்யும்.

வாழ்வின் கொந்தளிப்புகளை கடந்த உயர்நிலைகள்

காழ்ப்புணர்வு எண்ணங்களை எண்ணும் ஒருவன், அவன் மீது பாயும் காழ்ப்புணர்வை வரவைத்துக் கொள்கிறான். அன்பான எண்ணங்களை எண்ணும் ஒருவன் அன்பாக போற்றப்படுகிறான். எண்ணம், சொல், செயல் ஆகியவைகளில் நேர்மையாக இருக்கும் ஒருவன், நேர்மையான நண்பர்களால் சூழப்படுகிறான்; இவைகளில் நேர்மையற்றவன், நேர்மையற்ற நண்பர்களால் சூழப்படுகிறான். தவறான எண்ணங்களையும் செயல்களையும் விதைத்து விட்டு தன்னை ஆசிர்வதிக்க கடவுளை வேண்டுபவனின் நிலை, களைகளை பிடுங்கி நட்டுவிட்டு அதில் இருந்து கோதுமை அறுவடை செய்ய கடவுளிடம் வேண்டும் உழவனின் நிலை போன்றதாகும்.

"எதை விதைக்கிறீர்களோ அதையே தான் அறுவடை செய்வீர்கள்;

வயல்களைச் சென்று பாருங்கள்

எள் எள்ளில் இருந்தே வரும்,

சோளம், சோளத்திலிருந்தே வரும்,

மவுனமும் இருளும் யாவையும் அறிந்தே உள்ளன;

அவ்வாறே மனிதனின் விதியும் பிறக்கின்றது."

சே.அருணாசலம்

"ஒருவன் தான் விதைத்ததை அறுவடை செய்ய வருவான்."

எவன் பேரருளை விழைகிறானோ, அவன் பேரருளை தூவட்டும். எவன் மகிழ்ச்சியை விரும்புகிறானோ, அவன் பிறர் மகிழ்ச்சியைக் கருத்தில் கொள்ளட்டும்.

இந்த விதை விதைப்பிற்கு இன்னொரு பக்கமும் இருக்கின்றது. உழவன் தன்னிடம் இருக்கும் விதைகளை எல்லாம் நிலத்தில் தூவிய பின்பு இயற்கையின் செயல்பாட்டை நம்பி அவன் காத்திருக்க வேண்டும். அவன் பேராசையோடு விதைகளைப் பற்றிக் கொண்டு இருந்தால், அவன் விதை மற்றும் அதிலிருந்து வரக்கூடிய அறுவடை என இரண்டையும் இழப்பான், காரணம், அந்த விதை எப்படியும் அழிந்துவிடும். அவன் விதையை விதைக்கும் போதும் இழக்கின்றான் தான், ஆனால், இதில் அந்த விதை அழிந்து பன்மடங்காக பெருகுகின்றது. வாழ்விலும் அது போல் தான், நாம் தரும் போது பெறுகிறோம். செல்வத்தை செலவிடும் போது நாம் மேலும் செல்வந்தர் ஆகிறோம். எவன் ஒருவன் தான் அறிவைப் பெற்றுள்ளதாக கூறிக் கொண்டு, ஆனால் அதை அவன் உலகிற்கு தர முடியாததற்கு காரணம், உலகம் அதை பெற்றுக் கொள்ளும் தகுதி உடையதாக இல்லை என கூறுகிறானோ, அவன் உண்மையில் அத்தகைய அறிவை பெற்று

வாழ்வின் கொந்தளிப்புகளை கடந்த உயர்நிலைகள்

இருக்கவில்லை அல்லது ஒருவேளை அவன் பெற்று இருந்தால் அதை கூடிய விரைவில் இழந்துவிடுவான், இதுவரை இன்னும் இழக்காமல் இருக்கிறான் என்றால். இறுக பற்றிக் கொண்டு இருப்பது, இழப்பதற்கான வழியாகும். அதைப் பற்றாமல் இருப்பதே அதை என்றும் பெற்று இருப்பதற்கான வழியாகும்.

தனது பொருட்செல்வம் பெருக வேண்டும் என்று முயற்சிக்கும் மனிதனும், அவன் மிக குறைந்த அளவே கையிருப்பில் செல்வம் வைத்திருந்தாலும் சரி, தன் செல்வத்தின் ஒரு பகுதியை இழப்பதற்குத் (முதலீடு செய்வதற்குத்) தயாராக இருந்து, பின்பு அது பெருகுவதற்கு காத்திருக்க வேண்டும். அவன் கையிருப்பில் உள்ள செல்வத்தைப் பிரிய மனமின்றி இறுக பற்றிக் கொண்டிருக்கும் வரை, அவன் ஏழையாக இருப்பதோடு, ஒவ்வொரு நாளும், மேலும் மேலும் ஏழையாகிக் கொண்டு இருப்பான். அவன் மிக விரும்பும் அந்தச் செல்வத்தை, எந்த வித பெருக்கமும் இல்லாமல், இழந்து கொண்டு இருக்கிறான். ஆனால், அவன் அதை அறிவோடு சிந்தித்து அதை இழக்கத் துணிந்தால், அந்த உழவனைப் போல, தனது பொன்னான விதைகளை தூவி, பின் நம்பிக்கையோடு காத்திருந்தால், அவன் நியாயமாக எதிர்பார்த்த பெருக்கம் நிகழும்.

சே.அருணாசலம்

மனிதர்கள், கடவுளிடம்-, நிம்மதியையும் களங்கமின்மையையும், நற்குணத்தையும் பேரருளையும் வேண்டுகிறார்கள், ஆனால் அதை அவர்கள் கிடைக்கப் பெறாமல் இருக்கிறார்கள். காரணம், அவர்கள் அதைக் கடைப்பிடிப்பது இல்லை, அதை அவர்கள் மனதில் விதைக்கவில்லை. ஒரு முறை, மத போதகர் ஒருவர், மன்னிப்பு வேண்டி மிக மனமுருகி பிரார்த்தனை செய்வதை கேட்டேன். அது முடிந்த உடன், தனது பிரார்த்தனை கூட்டத்தில் கூடியிருந்த மக்களிடம் பிரசங்கம் செய்யும் போது "அந்த தேவாலயத்தின் எதிரிகள் மீது எந்த இரக்கமும் காட்டக் கூடாது" என்றார். இவ்வகையான சுய-மாயைகள் பரிதாபத்தை வரவைக்கின்றன. நிம்மதியையும் பேரருளையும் பெறும் வழி என்பது நிம்மதியும் பேரருளுமான எண்ணங்கள், சொற்கள், செயல்கள் ஆகியவற்றை தூவி பரவச் செய்ய வேண்டும் என்பதை மனிதர்கள் இன்னும் கற்றுக் கொள்ளவில்லை என்பதையே இது காட்டுகிறது.

மனிதர்கள் சண்டை-சச்சரவு, மனதின் கண் மாசு, இணக்கமற்ற தன்மை என்னும் விதைகளை விதைத்து ஒரு வளமான அறுவடையாக நிம்மதி, களங்கமின்மை, இணக்கமான ஒற்றுமை ஆகியவைகளை வாயால் வெறுமையாக கேட்டு பெற்றுவிட முடியும் என நம்புகின்றனர். இது எரிச்சல்படும் சண்டைக்காரன் நிம்மதிக்காக வேண்டுவதை விட பரிதாபமான காட்சியாகும். மனிதர்கள் எதை விதைக்கிறார்களோ அதை தான் அறுவடை செய்வார்கள். எந்த மனிதனும் பேரருளை இப்போதே உடனடியாக அறுவடை செய்ய முடியும். அதற்கு அவன் சுயநலத்தை விலக்கி வைத்து இரக்கம், கனிவு, அன்பு என்னும் எண்ண விதைகளை பரவலாக தூவ வேண்டும்.

ஒரு மனிதன் கலக்கமாக, மனகுழப்பத்தோடு, துக்கமாக அல்லது மகிழ்ச்சியற்று இருந்தால், அவன் தன்னிடம் கேட்டு கொள்ளட்டும்;

”நான் என்ன வகையான எண்ண விதைகளை என் மனதில் விதைத்து கொண்டு இருந்தேன்?”

சே.அருணாசலம்

"இப்போது என்ன வகையான எண்ணங்களை விதைத்து கொண்டு இருக்கிறேன்?"

"நான் மற்றவர்களுக்கு என்ன செய்திருக்கிறேன்?"

"மற்றவர்கள் மீது நான் கொண்டிருக்கும் மனப்பான்மை என்ன?"

"என்ன விதமான கலக்கமான, துக்கமான, மகிழ்ச்சியற்ற எண்ண விதைகளை விதைத்து கொண்டிருந்தேன், இப்போது கசப்பான பதர்களை அறுவடை செய்து கொண்டிருப்பதறகு?"

அவன் தனக்குள் உற்று நோக்கி தேடட்டும், தேடி கண்டு அடைந்த பின், தான் என்ற எல்லா சுயத்தின் விதைகளையும் துறக்கட்டும். அதன் பின், மெய்யுணர்வின் விதைகளை மட்டுமே அவன் விதைக்கட்டும்.

நிலத்தை உழும் உழவனிடமிமிருந்து மெய்யறிவின் எளிய பாடங்களை அவன் விளங்கிக் கொள்ளட்டும்.

12. நீதியின் ஆட்சி

சிறு சிறு மக்கள் குழுக்களுக்கான கடவுளர்கள் தங்களுக்கான காலத்தைப் பெற்று முடித்து விட்டார்கள். மனித மனதின் இட்டத்திற்கு இணங்க, அதன் பேராசைகளாலும் அறியாமைகளாலும் தோற்றுவிக்கப்பட்ட கடவுளர்கள், தாங்கள் பெற்றிருந்த மதிப்பை இழந்து வருகிறார்கள். மனிதர்கள், அந்த கடவுளர்களுக்காகச் சண்டைகள் போட்டு, அவர்களை தற்காக்க பாடுபடுவதில் களைத்து போய் ஓய்ந்துவிட்டார்கள். இந்த கால சூழலில், எல்லா இடங்களிலுமே, மக்கள் தாங்கள் நீண்ட காலம் வழிப்பட்ட, உதவ முடியா சிலைகளைக் கைவிடுகின்றனர், உடைக்கின்றனர்.

பழி தீர்க்கும் குணம், காழ்ப்புணர்வு, பொறாமை போன்ற குணங்களைக் கொண்டு தன் எதிரியின் வீழ்ச்சியை பார்த்து அற்பமாக பெருமிதப்படும் கடவுள்கள்; நமது குறுகிய, சுயநல ஆசைகளை எல்லாம் நிறைவேற்றும் பாராபட்சமான, பாகுபாடு மிக்க கடவுள்கள். படைக்கப்பட்ட உயிர்களில் தான் சார்ந்த ஒரு குறிப்பிட்ட சிறப்பு பிரிவினரை மட்டுமே காப்பாற்றும் கடவுள்கள். இப்படி தான் ஆன்மாவின் சிறுபிள்ளைத்தனத்தில் (கடவுள்கள் என்று தவறாக அழைக்கப்படும்) கடவுள்களின் அடித்தளம் அமைக்கப்பட்டது. நம்மைப் போலவே முட்டாள்த்தனமான கடவுள்கள், நமது சுயநல தன்மையின் சாரத்தால் பின்னப்பட்ட கடவுள்கள். குறுகிய வட்டத்துக்கான நம் கடவுளர்களைக் கசப்பான கண்ணீரோடு நாம் துறந்தோம். கைகளில் இரத்தம் வடிய நமது சிலைகளை உடைத்தோம். நாம் அப்படி செய்ததால் நம் பார்வையிலிருந்து கடவுள் தொலைந்து விடவில்லை. ஆனால், ஆற்றல் மிக்க, அமைதியான அன்பின் இதயத்தற்கு அருகில் கொண்டுவரப்பட்டோம். தான் என்ற ஆணவத்தை உருவகப்படுத்தும் சிலைகளை உடைத்து அழித்ததால், அழிக்க முடியாத ஆற்றலின் இருப்பை ஒருவாறு உணர ஆரம்பித்தோம். அன்பை, நிம்மதியை, மகிழ்ச்சியை முன்னிலைப்படுத்தும் கடவுளைப் பற்றி பரந்த அறிவிற்கு இட்டுச் செல்லும் வாசலுக்குள் நுழைந்தோம். அந்த கடவுளிடம் பழிவாங்குதலும்

பாகுபாடும் நிலைத்து இருக்காது. அந்த ஒளியின் கடவுள் முன் பயம், சந்தேகம், சுயநலம் என்னும் இருள் நிற்க முடியாமல் திண்ணமாக சிதறி ஓடும்.

உலகின் முன்னேற்றப்பாதையில் இப்போது நாம் எட்டியிருக்கும் ஒரு காலகட்டம் ஆனது மனித மனதின் சுயநலத்திற்கும் மாயைகளுக்கும் வடிகாலாக விளங்கும் பொய்யான கடவுள்கள் விடைப் பெறுவதைக் காண சாட்சியாக நின்று கொண்டிருக்கும் காலகட்டம் ஆகும். பிரபஞ்சத்திற்கான பொது உண்மை, இப்போது புதியதாக தோன்றினாலும் தொன்மையான அது, மீண்டும் இந்த உலகிற்கு விடியலாக வெளிப்படுகிறது. அந்த விடியலில் இருந்து புறப்படும் ஒளிக்கீற்று அழியத்தக்க கடவுளர்களுக்கு எல்லாம் திடிர் அச்சத்தை ஏற்படுத்தி தான் என்ற ஆணவ, அகம்பாவ நிழலில் புகலிடம் நாடச் செய்துள்ளது.

பொய்யான புகழுரைகளுக்கு மயங்கி, முழுமையை கருத்தில் கொள்ளாமல் தன்னை வழிபடுபவர்களின் விருப்பங்களை ஒருதலைப்பட்சமாக நிறைவேற்றத் துடிக்கும் பாகுபாடு மிக்க கடவுளின் மீதான நம்பிக்கையை மக்கள் இழந்து விட்டு

சே.அருணாசலம்

இருக்கின்றனர். தங்கள் கண்களிலே ஒரு புதிய ஒளியோடும், இதயத்திலே ஒரு புதிய மகிழ்ச்சியோடும் நீதியான கடவுளின் பக்கம் திரும்புகின்றனர்.

மக்கள் தங்களுக்கு மட்டுமேயான மகிழ்ச்சி மற்றும் சுயநலமான ஆசைகளுக்காக இந்த கடவுளை வேண்டவில்லை, ஆனால், தெளிந்த அறிவிற்காக, புரிந்துணர்விற்காக, மெய்யறிவிற்காக, இறுகப் பற்றிக் கொண்டிருக்கும் சுயத்தின் பிடியில் இருந்து மீள்வதற்காக இந்தக் கடவுளை வேண்டுகின்றனர். அவர்களின் வேண்டுதல்கள் வீண் போகவில்லை. அவர்கள் வெறுமையாக திருப்பி அனுப்பப்படவில்லை. ஆறுதல் பெற்று திரும்பி இருக்கிறார்கள். அவர்கள் நீதியின் ஆட்சியை தங்களுக்குள் காண்கிறார்கள். ஒவ்வொரு எண்ணமும், ஒவ்வொரு உணர்ச்சிவேக உள்துடிப்பும், ஒவ்வொரு செயலும், ஒவ்வொரு வார்த்தையும் அதன் ஒத்த இயல்புக்கு ஏற்ற விளைவுகளையே கொண்டு வரும் என காண்கின்றனர். அன்பு மிக்க எண்ணங்கள்-, அழகான, பெருமகிழ்ச்சியான சூழல்களை உருவாக்கும். வெறுப்பை உமிழும் எண்ணங்கள்-, குழப்பமான, வேதனை மிக்க சூழல்களை உருவாக்கும். நன்மையும் தீமையுமான எண்ணங்களும் செயல்களும் யாவற்றுக்கும்

உயர்ந்த நீதியால் துல்லியமாக எடைப்போடப்பட்டு இம்மியும் குறையாமல் பேரருளும் பெருந்துன்பமும் அவற்றுக்கு ஈடாக வழங்கப்படுகின்றன. இவ்வாறு தெளிந்து, நீதிக்கு கட்டுப்பட்டு வாழும் ஒரு புதிய பாதைக்குள் அவர்கள் அடி எடுத்து வைக்கின்றனர். அதில் நுழைந்த பின் அவர்கள் எதையும் குற்றம் சொல்வது இல்லை, சந்தேகிப்பது இல்லை, நம்பிக்கை இழந்து முணுமுணுப்பது இல்லை. காரணம் அவர்களுக்குத் தெரியும், கடவுளின் கட்டுப்பாட்டில் இருக்கும் பிரபஞ்ச விதிகள் சரியானவை, பிரபஞ்சம் சரியானது, தங்களிடமே தவறு இருக்கிறது என்று. அப்படி ஒருவேளை தங்களிடம் தவறு இருந்தால் அவரவர்களது முயற்சியால் தான் அதிலிருந்து மீள முடியும் என்று. தீமையை நிராகரித்த உணர்வோடு நன்மையை ஏற்பதில் தான் அவர்களது மீட்சி அடங்கியிருப்பதை அறிவார்கள். நீதியின் வார்த்தைகளைக் கேட்பவர்களாக மட்டுமே இனி அவர்கள் இருக்க மாட்டார்கள், அதைச் செயல்படுத்துபவர்களாக இருப்பார்கள். அறிவைத் தேடி சேர்ப்பார்கள் புரிந்துணர்வை பெற்று இருந்து மெய்யறிவில் வளர்ச்சியுறுவார்கள். ஆணவ அகம்பாவத்தின் இறுகிய பிடியிலிருந்து விடுபட்ட பேரருள், பெருமகிழ்ச்சி வாழ்விற்குள் நுழைவார்கள்.

சே.அருணாசலம்

"கடவுளின் நீதி குறைகளற்றது. கண்களுக்கு ஞான ஒளி வழங்கக்கூடியது". அதில் குறைகள் இருந்தால், அதற்கு மனிதனின் அறியாமை தான் காரணம், அவனுடைய கண்மூடித்தனமான முட்டாள்தனம் தான் காரணம். செம்மை நிலையை, இயற்கை பெருநீதி குறித்த தெளிவிற்கு பின் வரும் செம்மை நிலையை, உண்மை முயற்சியோடு தேடுபவர்கள் யாரும் பெற முடியும். அது உங்களுக்கு எனக்கு என யாவருக்குமானது. தன்னை முன்னிறுத்தி கொள்வதைத் துறந்து தன்னை முற்றிலுமாக அப்புறப்படுத்திக் கொள்ளும் கனமே அந்த நீதி முன் வந்து நிற்கும்.

உண்மையைப் பற்றிய அறிவு, அதன் விரித்துரைக்க முடியா பெரு மகிழ்வு, அதன் சாந்தமும் அமைதியுமான வலிமை;- இவை எல்லாம் தங்கள் "உரிமைகளை" இறுகப் பற்றிக் கொண்டு, "விருப்பங்களை" தற்காத்துக் கொண்டு, தங்கள் "கருத்துக்களுக்காக" போராடுபவர்களுக்கானது அல்ல. எந்த ஒன்றிலும் தான் என்ற உணர்வை எப்போதும் தொக்கி நிற்க செய்பவர்களுக்கானது அல்ல. சுயநலம் மற்றும் ஆணவம் என்னும் பிடிப்பில்லாத மணலை அடித்தளமாகக் கொண்டு எதையும் கட்டி எழுப்புபவர்களுக்கானது அல்ல. அது துன்பத்துக்குக் காரணமான சுயநலம் மற்றும் ஆணவத்தை துறப்பவர்களுக்கானது. வேதனையின்

வாழ்வின் கொந்தளிப்புகளை கடந்த உயர்நிலைகள்

துக்கத்தின் ஊற்றான இவைகளைத் துறப்பவர்களுக்கானது. நிச்சயம் அவர்கள், உண்மையின் குழந்தைகள், பேராசானின் சீடர்கள், மிக உயர்ந்ததை வழிப்படுபவர்கள்.

உண்மையின் குழந்தைகள் உலகில் இன்று வாழ்கிறார்கள். அவர்கள் எண்ணுகிறார்கள், செயல்படுகிறார்கள், எழுதுகிறார்கள், பேசுகிறார்கள்; ஏன் தீர்கதரிசிகளும் நம்மிடையே இருக்கிறார்கள். அவர்களது எண்ண வீச்சு பூமி எங்கும் உணரப்படுகிறது. நிலத்துக்கு அடியில் ஓடும் நீரோட்டம் போன்று புனிதமான மகிழ்ச்சி, வெளிப்படுத்தி காண முடியாத மறைவான வழித்தடங்களில் தனது ஆற்றலை சேகரித்துக் கொண்டு இருக்கின்றது. ஆண்களும் பெண்களும் புத்தம் புதிய பேரார்வமிக்க எண்ணங்களாளும் நம்பிக்கைகளாளும் வழிநடத்தப்படுகின்றனர். இதை, இதுவரை பாராதவர்களும் கேளாதவர்களும் கூட ஒரு மேன்மையான முழுமையான வாழ்விற்கு, தங்களுக்குள் இனம் புரியாத வகையில் தோன்றியிருக்கும் ஆவலை உணர்கிறார்கள்.

நீதியின் ஆட்சி நிலவுகின்றது. மனிதர்களின் வாழ்விலும் இதயங்களிலும் அது ஆட்சி புரிகின்றது. உண்மை கடவுளை வழிப்படுபவர்கள், சுயநலமின்மை என்னும் நேர்வழியை அடைந்து நீதியின் ஆட்சி செயல்படுவதை உணர்ந்து கொள்கிறார்கள்.

கடவுள் மனிதனுக்காக மாற முடியாது, அப்படி மாறுவது சரியான ஒன்று, தவறான ஒன்றுக்காக மாறுவதற்கு ஒத்தது ஆகி விடும். மனிதன் தான், கடவுளுக்காகத் தன்னை மாற்றிக் கொள்ள வேண்டும். இது தவறான ஒன்று, சரியான ஒன்றுக்காக மாறுவதற்கு ஒப்பாகும். மனிதனுக்காக நீதி வளைக்கப்பட முடியாது, அப்படி வளைக்கப்பட்டால் குழப்பம் சூழும். மனிதன் தான் நீதிக்கு வணங்கி, பணிய வேண்டும். இது ஒத்திசைவு, ஒழுங்கு, நியாயத்தின் அடிப்படையில் ஆனது.

ஒருவனது உள் இருந்து ஆட்டி வைக்கும் தூண்டுதல் இச்சைகளின் தயவில் இருப்பதை விட வேதனையான அடிமை விலங்கு கிடையாது. தனது உள்இருப்பு கட்டளை இடும் நீதிக்கு கட்டுப்படுவதை விட காட்டிலும் மேலான சுதந்திரம்

வாழ்வின் கொந்தளிப்புகளை கடந்த உயர்நிலைகள்

கிடையாது. நீதி என்ன என்றால் உள்ளம் தூய்மையாக வேண்டும், மனம் தெளிவாக வேண்டும். உயிரின் முழு இருப்பிலும் தான் என்ற ஆணவ, அகம்பாவம் மடிந்து அன்பு ஆட்சி செலுத்த வேண்டும். காரணம் அன்பின் செயல்பாடே யாவும். நீதியின் ஆட்சி என்பது அன்பின் ஆட்சியே. அன்பு யாரையும் நிராகரிக்காமல் யாவருக்கும் காத்திருக்கிறது. அன்பு எல்லோரது பிறப்புரிமை. அன்பின் வட்டத்தில் இங்கே, இப்போதே நுழைந்து அதை உரிமை கோரலாம். அது எல்லோருக்கும் உரியது.

எது பேரழகு உண்மை? மனிதன் தன் தெய்வீக உரிமையை ஏற்று சுவர்கத்தின் உள்நுழையக்கூடும் என்று உணர்வது தான் பேரழகு உண்மை.

எது பரிதாபப் படத்தக்க பிழை? மனிதன் தன் சுயத்தின் மீதுள்ள பற்றால் உண்மையை நிராகரிப்பது தான் பரிதாபப் படத்தக்க பிழை!

சே.அருணாசலம்

நீதியின் கட்டளைக்கு கீழ்படிவது என்றால் பாவத்தையும் ஆணவத்தையும் ஒழிப்பதாகும், மனகலக்க மேகங்களால் சூழப்படாத மகிழ்ச்சியை, இறப்பில்லாத நிம்மதியை உணர்வதாகும்.

சுயநல இச்சைகளை இறுக பற்றிக் கொண்டிருப்பது வேதனை மற்றும் துக்கம் என்னும் மேகங்களை ஈர்த்து உண்மையின் பேரொளியில் காரிருளை படியச் செய்வதாகும். உண்மை பேரருள் தன்னை தழுவாமல் தடுத்துக் கொள்வதாகும். காரணம், மனிதன் எதை விதைக்கிறானோ அதை தான் அறுவடை செய்கிறான்.

நீதியின் ஆட்சி நிலவிக் கொண்டு இருக்கிறது, நீதியின் ஆட்சி என்றும் தொடரும், நியாயமும் அன்பும் காலத்தால் மாறாத அதன் நிரந்தர அமைச்சர்கள்.

13. தலையாய நீதி

சட பொருட்களினாலான பிரபஞ்சம், இயங்கி கொண்டிருப்பதற்கும் நிலைக்கொண்டிருப்பதற்கும் அதன் ஆற்றல்கள் சமநிலையில் இருப்பதே காரணமாகும்.

அற நெறிகளினாலான பிரபஞ்சமும் நிலைக் கொண்டு காப்பாற்றப்பட்டு இருப்பதற்கு காரணம் அவற்றின் இணையான ஆற்றல்கள் சமநிலையில் இருப்பதே.

புறத்தே செயல்படும் இயற்பியல் உலகை பொறுத்த வரையில் இயற்கையானது வெற்றிடத்தை அனுமதிக்காது. அகத்தே செயல்படும் ஆன்மீக உலகில் ஒத்திசைவு அற்ற நிலை இடம் பெறாது.

இயற்கை பேரழிவுகள், சீற்றங்கள், மற்றும் அதன் தொடர்ச்சியான உயிர் சிதைவு ஆகியவைகளும் என்றும் நிலையான ஒரு துல்லியமான கணித

அடிப்படையின் பின்னணியிலேயே நடைப்பெறுகின்றது. வாழ்வின் வேதனைகள், குழப்பங்கள், பதட்டங்களுக்கு இடையேயும் வாழ்வின் இதயத்தில் ஒத்திசைவு, நிம்மதி, நீதி பிரிக்க முடியாத வகையில் என்றும் நிலவும்.

அப்படி என்றால் பிரபஞ்சத்தில் அநியாயம் என்று எதுவுமில்லையா? அநியாயம் இருக்கின்றது என்றும் சொல்லலாம். இல்லை என்றும் சொல்லலாம். ஒருவன் வாழ்கின்ற வாழ்வில் இயைந்திருக்கும் உணர்வு நிலையோடு இந்த உலகைக் காணும் கண்ணோட்டத்தை பொறுத்தது அது. வெறி உணர்வோடு வாழ்பவன் அநியாயத்தை எங்கும் காண்கிறான். தன் வெறி உணர்வுகளில் இருந்து மீண்டு எழுந்தவன், நியாயத்தின் செயல்பாட்டை மனித வாழ்வின் ஒவ்வொரு துறையிலும் காண்கிறான். வெறியுணர்வின் ஒரு காய்ச்சலான, குழப்பமான கனவு தான் அநியாயம். அந்த கனவை காண்பவர்களுக்கு அது உண்மையாகவே தோன்றும். நியாயம் தான் வாழ்வின் நிலையான உண்மை. தான், தனது என்ற வேதனையான திகிலூட்டும் இரவிலிருந்து விழித்து கொண்டுள்ளவனுக்கு அது தன் காட்சியை வழங்கும்.

வெறியுணர்விலிருந்தும் தான் என்ற அகம்பாவத்திலிருந்தும் மீண்டு மேல் எழாத வரை தெய்வீக கட்டளையை உணர முடியாது. எல்லாவற்றையும் தழுவும் பேரன்பின் பரிசுத்தமான ஒளி தீபத்தில்-, காயப்படுத்தபட்ட உணர்வும் தீங்கிழைக்கப்பட்ட உணர்வும் வெந்து மடியும் போது தான், தவறிழைக்காத நியாயத்தை உணர முடியும்.

"நான் அவமானப்படுத்தப்பட்டுள்ளேன், நான் காயப்படுத்தப்பட்டுள்ளேன், நான் அவமதிக்கப்பட்டுள்ளேன், நான் அநியாயமாக நடத்தப்பட்டுள்ளேன்" என்று சொல்பவனால் நியாயம் என்றால் என்ன என்று அறிந்து கொள்ள முடியாது. தான் என்ற அகம்பாவம் அவன் கண்ணை மறைக்கின்றது. அவனால் உண்மையின் தூய அறநெறிகளைப் புரிந்து கொள்ள முடியாது. தனக்கு நேர்ந்துள்ள அநியாயங்களை எண்ணி புழுங்கி அவன் துன்பத்தில் தொடர்ந்து உழல்வான்.

வெறியுணர்வு இருக்குமிடம் ஒன்றுக்கு ஒன்று எதிரான ஆற்றல்கள் தொடர்ந்து மோதியபடி அவ்வுணர்வில் ஈடுபட்டுள்ளவர்களுக்கு துன்பத்தை ஏற்படுத்திக் கொண்டு இருக்கும். வினைக்கு எதிர்வினை, செயலுக்கு பின்விளைவு, காரணத்திற்கு விளைவு இருக்கின்றது. இவை

எல்லாவற்றின் ஊடேயும் எல்லாவற்றிற்கும் மேலாகவும் இருந்து தெய்வீக நீதி, ஆற்றல்களை துல்லியமாக செயல்படுத்தி காரணம் மற்றும் அதன் விளைவை துளியும் தவறின்றி சமநிலைப்படுத்தி நிலைநாட்டுகிறது. ஆனால் மோதலில் ஈடுபட்டு உள்ளவர்களால், வெறியுணர்வை கைவிடும் வரை இந்த நியாயத்தை உணர முடியாது.

வெறியுணர்வு உலாவும் தளங்களில் சூழ்ச்சிகள், சண்டைகள், போர்கள், வழக்கு மோதல்கள், பழிசுமத்தல்கள், கண்டணங்கள், களங்கங்கள், பலவீனங்கள், முட்டாள்த்தனங்கள், காழ்ப்புணர்வுகள், பழிக்கு பழி வாங்குதல்கள், கோபங்கள் நிறைந்து காணப்படும். நியாயத்தை மறைக்கும் இத்தகைய ஆற்றல்களின செயல்பாடுகளில் சிறிதளவே ஒருவன் ஈடுபட்டு இருந்தாலும் கூட, அவனால் எப்படி நியாயத்தை உணரவோ புரிந்துக் கொள்ளவோ முடியும்? நெருப்பு பற்றி எரியும் ஒரு கட்டிடத்தின் உள் இருப்பவனால், அது பற்றி எறிவதற்கான காரணத்தை உள்ளே அமர்ந்து ஆராய முடியும் என்று எப்படி எதிர்பார்க்கலாம்?

வாழ்வின் கொந்தளிப்புகளை கடந்த உயர்நிலைகள்

வெறியுணர்வுடனான தளங்களில், மனிதர்கள் மற்றவர்களின் செயல்பாடுகளில் அநியாயத்தை காண்கிறார்கள். அவர்கள் மேல்தோற்றத்தை மட்டுமே காண்கிறார்கள். ஒவ்வொரு செயல்பாட்டையும் காரணங்கள், பின்விளைவுகளிலிருந்து அப்புறப்படுத்தி, தனித்து நிற்பதாக கருதுகிறார்கள். அறநெறி செயல்பாட்டு தளத்தில் நிகழும் காரணம், அது ஏற்படுத்திய விளைவுகள் என்பது குறித்து எந்த புரிதலும் இல்லாததால், ஒவ்வொரு கணமும் துல்லியமாக நிகழும் சமநிலை செயல்பாட்டை அவர்களால் கவனிக்க முடியாது. தங்களது செயல்பாடுகளை அவர்கள் ஒரு போதும் அநியாயமாக கருதுவதே இல்லை. மற்றவர்களது செயல்பாடுகளில் தான் அநியாயத்தை காண்கிறார்கள். ஒரு சிறுவன், தன்னைத் தற்காத்துக் கொள்ள முடியாத ஒரு மிருகத்தை அடிக்கிறான். அதன் பிறகு, அந்த சிறுவனின் கொடூரதனத்திற்காக, தற்காத்துக் கொள்ள முடியாத அந்த சிறுவனை ஒரு ஆள் அடிக்கிறான். ஒரு சிறுவனை அடித்த கொடூரதனத்திற்காக, அந்த ஆளை மற்றொரு வலிமையான ஆள் அடிக்கிறான். ஒவ்வொருவனும் மற்றவனை அநியாகாரனாகவும் கொடூரம் மிக்கவனாகவும் கருதி தன்னை நியாயமானவனாகவும் மனிதநேயம் மிக்கவனாகவும் கருதுகிறான். சிறுவன் அந்த விலங்கை கொடுமைபடுத்திய காரணத்தை

சே.அருணாசலம்

நியாயப்படுத்தும் வரை எல்லோருமே மேல் கூறப்பட்டு இருக்கும் கருத்தை ஏற்போம். இவ்வாறு, அறியாமை போராட்டத்தையும் காழ்ப்புணர்வையும் தூண்டிவிட்டு உயிர்ப்பிக்கின்றது. இப்படித்தான் மனிதர்கள் வாழ்வின் உண்மை வழியை புரிந்து கொள்ளாமல் கோபமும் வெறியுணர்வும் கொண்டு தங்களுக்குத் தாங்களே துன்பமிழைத்துக் கொள்கிறார்கள். காழ்ப்புணர்வை காழ்ப்புணர்வால் சந்திக்கிறார்கள். வெறியுணர்வை வெறியுணர்வால் சந்திக்கிறார்கள். போராட்டத்தை போராட்டத்தால் சந்திக்கிறார்கள். கொலைக்காரன் கொல்லப்படுகிறான். பிறர் பொருளை அபகரிக்கும் திருடன், திருடப்படுகிறான். மற்ற விலங்குகளைப் பிடித்து உண்ணும் விலங்கு வேட்டையாடப்படுகிறது. பழிசுமத்துபவன் பழிசுமத்தப்படுகிறான். கண்டனம் செய்பவன், கண்டனத்துக்கு உள்ளாகிறான், பழித்துரைப்பவன் தண்டனைக்கு உள்ளாகிறான்.

வாழ்வின் கொந்தளிப்புகளை கடந்த உயர்நிலைகள்

"கத்தி எடுத்தவன் கத்தியால் குத்தப்படுகிறான்

அநீதி இழைக்கும் நீதிபதி தனது தற்காப்பை இழக்கிறான்

பொய் கூறும் நா தான் பின்னிய வலையில் சிக்கி கொள்கிறது.

ஒளிந்திருக்கும் திருடனை களவாட வந்த திருடன் காட்டிக் கொடுக்கிறான்.

நீதி எவரையும் தப்ப விடாது."

வெறியுணர்வுக்கு இரு பக்கங்கள். ஒன்று நேரடியாகச் செயல்படும். இன்னொன்று மறைமுகமாகச் செயல்படும். முட்டாள்-ஏமாற்றுபவன், அடக்குமுறையை கையாள்பவன்-கொத்தடிமை, வலுச்சண்டைக்கு செல்பவன்-பதிலடி தருபவன், மந்திரவாதி/ சூனியக்காரன்---மூடநம்பிக்கையாளன் என எல்லோரும் ஒருவருக்கு ஒருவர் அதை பரிமாறிக்கொள்கிறார்கள். நீதியின் செயல்பாட்டால் ஒன்று கூடுகிறார்கள். துன்பத்தைப் பெருக்க மக்கள் தங்களை அறியாமலேயே ஒருங்கிணைந்து செயல்படுகிறார்கள். "கண்பார்வையற்றவன் மற்றொரு கண்பார்வையற்றவனை வழிநடத்துகிறான். இருவரும் குழிக்குள் விழுகிறார்கள்". வெறியுணர்வு என்னும் மலரின் கனிகளே வேதனை, துயரம், துக்கம், துன்பம் எல்லாம்.

சே.அருணாசலம்

வெறியுணர்வால் ஆட்டுவிக்கப்படுபவன் அநியாயத்தை மட்டுமே காண்கிறான். தனது வெறியுணர்வுகளை வென்றிருக்கும் ஒரு நல் மனிதன், காரணத்தையும் அதற்கான விளைவையும் காண்கிறான், தலையாய நீதியை காண்கிறான். அத்தகைய மனிதன், தான் அநியாயமாக நடத்தப்பட்டதாக கருத மாட்டான், காரணம் அவன் அநியாயத்தை எங்கும் பார்ப்பது இல்லை. தன்னை அவன் காயப்படுத்திக்கொள்வதை, ஏமாற்றிக் கொள்வதை நிறுத்திக் கொண்டுள்ளதால் மற்றவர்கள் யாரும் அவனைக் காயப்படுத்தவோ ஏமாற்றவோ முடியாது என்று அவனுக்கு தெரியும். மக்கள் எவ்வளவு தான் வெறியுணர்வோடு அல்லது அறியாமையோடு நடந்து கொண்டாலும், அது அவனுக்கு எந்த வலியையும் தராது. அவனிடம் எது வந்திருந்தாலும் சரி (அது அவமதிப்பாகவும் அடக்குமுறையாகவும் கூட இருக்கலாம்), தான் முன்பு செய்த ஒரு வினையின் விளைவாகவே அது வந்திருப்பதாக கருதுகிறான். எனவே, அவன் எல்லாவற்றையும் நன்மையாகவே கருதுகிறான், எது நடந்தாலும் மகிழ்ச்சிக் கொள்கிறான், தனது எதிரிகளின் மீது அன்பு செலுத்துகிறான், தன்னைத் தூற்றுபவர்களை போற்றுகிறான். அவர்கள் எய்யப்பட்ட அம்பு போன்றவர்களே என கருதி எல்லாம் வல்ல நீதிக்கு தான் செலுத்த வேண்டிய

வாழ்வின் கொந்தளிப்புகளை கடந்த உயர்நிலைகள்

நியாயமான கடனை திரும்பச் செலுத்துவதற்கு மறைமுகமாக உதவக் கூடிய நன்மையான கருவிகள் என அவர்களைக் கருதுகிறான்.

ஒரு நல் மனிதன்-, வெறியுணர்வு, பதில் தாக்குதல், சுயநல துடிப்பு, ஆணவம் ஆகியவைகளைக் கைவிட்டு ஒரு சமநிலையை அடைந்து இருக்கிறான். என்றும் நிலைத்திருக்கும் பிரபஞ்ச சமநிலையோடு தன்னை அடையாளப்படுத்திக் கொள்கிறான். கண்மூடித்தனமான வெறியுணர்விலிருந்து மேல் எழுந்துள்ளதால், அதை அவனால் புரிந்து கொள்ள முடியும். மலை சிகரத்தின் மீது இருப்பவன் தன் காலடியின் கீழ் மோதிக் கொள்ளும் புயல்களை பார்ப்பது போல அவற்றை தன் அமைதியான ஊடுருவும் உள்ளுணர்வால் ஆழ்ந்து சிந்திக்கிறான். அவனுக்கு, அநியாயம் என ஏதும் இல்லை. ஒரு பக்கம் அறியாமையையும், துன்பத்தையும் பார்க்கிறான். மறுபக்கம் மெய்யறிவையும் பெருமகிழ்ச்சியையும் பார்க்கிறான். முட்டாளுக்கும் அடிமைக்கும் மட்டும் இரக்கம் தேவைப்படவில்லை, ஏமாற்றுபவனுக்கும் அடக்குமுறையாளனுக்கும் கூட இரக்கம் தேவைப்படுவதை உணர்கிறான். எனவே அவனது பேரிரக்கம் எல்லோரையும் தழுவுகிறது.

தலையான நீதியும் எல்லாம் வல்ல அன்பும் ஒன்று தான். காரணத்தின் விளைவைத் தவிர்க்க முடியாது. செயலின் பின்விளைவுகளைச் சந்தித்தே ஆக வேண்டும்.

காழ்ப்புணர்வு, பழியுணர்வு, கோபம், கண்டனம் ஆகியவைகளுக்கு ஆட்படும் மனிதன் அநியாயத்தையே காண்கிறான்-,கனவில் சிக்கி இருப்பவன் உண்மை என நம்பி கனவை காண்பது போல. அநியாயம் தான் அவன் கண்களுக்குத் தெரியும். அதை தவிர்க்க இயலாது. ஆனால் இறுக பிடிக்கும் வெறி உணர்வுகளிலிருந்து மீண்டு எழுந்துள்ளவன், தவறிழைக்காத தலையாய நீதி எல்லாவற்றையும் கவனிப்பதை அறிவான், இந்த முழு பிரபஞ்சத்திலும் உண்மையில் அநியாயம் என எதுவும் இல்லை என அவனுக்குத் தெரியும்.

14. பகுத்தறிவின் பயன்

பகுத்தறிவு ஒரு கண்மூடித்தனமான வழிக்காட்டி, அது மனிதர்களை உண்மையை நோக்கிய பாதையில் அழைத்து செல்வதை விட அப்பாதையில் இருந்து திசை திருப்பவே செய்கிறது என்னும் சொல் வழக்கை கேட்டு இருக்கிறோம். ஒரு வேளை இந்த கூற்றில் உண்மை இருந்தால், நாம் பகுத்தறிவு இல்லாமல் இருப்பதே சிறந்தது, இருந்தால் அதை கைவிட வேண்டும், மற்றவர்களையும் கைவிடச் செய்ய வேண்டும். ஆனாலும், நாம் காண்பது, கவனமுடன் இதை பயிற்சித்து தெய்வீகமான இந்த இயல்பாற்றலை வளர்த்துக் கொள்ளும் போது அது சாந்தத்தையும் மன ஒருமையையும் தந்து. வாழ்வின் பிரச்சினைகளைக் கண்டு கலங்காமல் சந்திக்கும் துணிவைத் தரும் என்பதைத் தான்.

பகுத்தறிவை விட ஒரு உயர்ந்த ஒளி இருக்கின்றது என்பது உண்மை தான். அது உண்மையின் உள்ளொளியை விடவும் உயர்ந்தது. ஆனாலும்

பகுத்தறிவின் துணையின்றி உண்மையை உணர முடியாது. பகுத்தறிவு என்னும் விளக்கின் ஒளியை தூண்டி விட மறுப்பவன், அவ்வாறு மறுத்துக் கொண்டிருக்கும் வரை உண்மை ஒளியை பெற முடியாது. காரணம், பகுத்தறிவின் ஒளி என்பதே உண்மை ஒளியின் ஒரு பிரதிபலிப்பு தான்.

பகுத்தறிவு என்பது கருத்தியலால் ஆன ஒரு நுண்ணறிவு. நேரடியாக எடுத்துக் காட்டி விளங்க வைக்க முடியாத உணர்வால் மட்டுமே புரியக்கூடிய ஒரு குணம். அது மனிதனுள் இருக்கும் மிருக உணர்வுநிலை மற்றும் தெய்வீக உணர்வுநிலை என்னும் இரண்டுக்கும் இடைப்பட்டதாகும். அந்த பகுத்தறிவு சரியாக பயன்படுத்தப்படும் போது, ஒன்றின் இருளிலிருந்து மற்றொன்றின் ஒளிக்கு அழைத்து செல்லக் கூடியதாக இருக்கும். பகுத்தறிவை கீழான தன்முனைப்பு இயல்புக்கு கட்டுப்பட்டு செயலாற்ற வைக்க முடியும் என்பது உண்மை தான். ஆனால் அது பகுத்தறிவை முறையாக, முழுமையாக பயிற்சி செய்யாததன் விளைவே. பகுத்தறிவு ஒரு உயர்ந்த வளர்ச்சி நிலையை எட்டும் போது அது சுயநல இயல்பை கைவிடச் செய்து ஆன்மாவை உயர்ந்த, தெய்வீகத்துடன் ஒன்றிணைக்கிறது.

வாழ்வின் கொந்தளிப்புகளை கடந்த உயர்நிலைகள்

நிறைவான வாழ்வு அளிக்கும் புனித கோப்பையை தேடிக்கொண்டிருக்கும் ஆன்மீக வேட்கை கொண்டவன்,

மீண்டும் மீண்டும்

"முள் பாதைகளில் தனியே தவிக்க விடப்படுகிறான்"

அவன் அவ்வாறு தவிக்க விடப்படுவதற்கு காரணம் அவன் பகுத்தறிவின் வழிக்காட்டலை பின்தொடர்ந்தான் என்பதற்காக அல்ல, ஆனால் அவன் தன்னுள் இன்னும் இருந்து கொண்டிருக்கும் கீழ்நிலை இச்சைகளை விடுவதற்கு மனமின்றி இறுக பற்றிக் கொண்டிருப்பது தான் காரணம். பகுத்தறிவின் ஒளியை விளக்காக பயன்படுத்தி உண்மையை தேடுபவன் இருளில் தவிக்க விடப்பட மாட்டான்.

"முள் பாதைகளில்

தனியே தவிக்க விடப்படுகிறான்"

அவன் அவ்வாறு தவிக்க விடப்படுவதற்குக் காரணம் அவன் பகுத்தறிவின் வழிக்காட்டலை

சே.அருணாசலம்

பின்தொடர்ந்தான் என்பதற்காக அல்ல, ஆனால் அவன் தன்னுள் இன்னும் இருந்து கொண்டிருக்கும் கீழ்நிலை இச்சைகளை விடுவதற்கு மனமின்றி இறுக பற்றிக் கொண்டிருப்பது தான் காரணம். பகுத்தறிவின் ஒளியை விளக்காக பயன்படுத்தி உண்மையைத் தேடுபவன் இருளில் தவிக்க விடப்பட மாட்டான்.

"வாருங்கள், இப்போது நாம் பகுத்தறிவின் துணையோடு ஆராய்ந்து பார்ப்போம், என்றார் மீட்பர். உங்கள் பாவங்கள் செந்நிறமாக இருந்தாலும் இருந்தாலும் அவை இனி பனிப் போல் வெந்நிறமாக மாறிவிடும்."

எத்தனையோ ஆண்களும் பெண்களும் சொலெண்ணா துயர்களை அனுபவிக்கிறார்கள், இறுதியில் தங்கள் பாவங்களோடு மடிகிறார்கள். அவர்கள் இருளான மாயைநிலைகளை இறுக பற்றிக்கொண்டு பகுத்தறிவால் ஆராய மறுப்பது தான் அதற்குக் காரணம். பகுத்தறிவின் மங்கலான ஒளிக்கீற்றுக் கூட அந்த இருளை அகற்றியிருக்கும். பாவங்கள் மிக்க செந்நிற அங்கியை துறந்து அதற்கு பதிலாக பழி, பாவமற்ற, நிம்மதி மிக்க வெந்நிற அங்கியை அணிய விரும்பும் யாரும்

வாழ்வின் கொந்தளிப்புகளை கடந்த உயர்நிலைகள்

தங்கள் பகுத்தறிவைத் தயங்காமல், முழுமையாக, நம்பிக்கையோடு பயன்படுத்தட்டும்.

இந்த உண்மைகளை சோதித்து அறிந்துள்ளதால் தான்"

ஒளிவீசும் பகுத்தறிவின் சுவடுகள் காணப்படும்

மென்மையான, அமைதியான, தெளிந்து செல்லும் நடுவழியைத்

தேர்ந்து எடுக்குமாறு மனிதர்களிடம் உரைக்கிறோம்".

காரணம், பகுத்தறிவானது வெறியுணர்வு மற்றும் சுயநலம் என்னும் பாதைகளிலிருந்து விலக்கி இனிய ஊக்குவிப்பு மற்றும் கனிவான மன்னிப்பு என்னும் அன்பான பாதைகளுக்குள் அழைத்துச் செல்கிறது. திருத்தூதுவர்களின் வாசகமான "எல்லாவற்றையும் சோதனை செய், நன்மையானதை பிடித்துக் கொள்" என்னும் நீதிமொழியை நம்பிக்கையோடு பின்பற்றுபவன் வழித்தவறி நடத்தப்பட முடியாது, கண்மூடித்தனமான வழிக்காட்டிகளையும் அவன்

பின்பற்ற மாட்டான். எனவே, யார் பகுத்தறிவின் ஒளியை தூற்றுகிறார்களோ அவர்கள் உண்மையின் ஒளியை தூற்றுகிறார்கள்.

குறிப்பிட்டு சொல்லும் அளவு எண்ணிக்கையிலான மனிதர்கள் ஒரு புதிரான மாயையில் ஈடுபட்டு உள்ளார்கள். அதாவது, பகுத்தறிவு என்பது கடவுள் மறுப்பு கொள்கையோடு நெருங்கிய தொடர்பு உடையது என்னும் தோற்றத்தை ஏற்படுத்துகிறார்கள். கடவுள் என எதுவும் இல்லை என நிரூபித்து காட்ட முயற்சிப்பவர்கள் பகுத்தறிவின் மீது தங்கள் நிலைப்பாட்டை அமைத்து கொள்கிறார்கள். கடவுள் கொள்கையை ஏற்பவர்கள் நம்பிக்கையின் மீது தங்கள் நிலைப்பாட்டை அமைத்து கொள்கிறார்கள் என்பதே இதற்கான அடிப்படை காரணமாக இருக்கின்றது.. ஆனால் இவ்விரு கருத்து மோதல்கள் பெரும்பாலும் நம்பிக்கையின் அடிப்படையிலோ பகுத்தறிவின் அடிப்படையிலோ திறந்த மனதோடு, நடுநிலையோடு நடைப்பெறுவதில்லை. அது பாரபட்சமாக, ஏற்கெனவே பதிந்து உள்ள கருத்தை கண்மூடித்தனமாக ஆதரிக்கவே நடைப்பெறுகிறது. காரணம், அவர்களது குறிக்கோள் முன்பே தங்கள் மனதில் பதிவாகியிருந்த கருத்தை தற்காத்து நிலைநாட்டவேண்டும் என்பது தானே தவிர உண்மையை கண்டறிவதல்ல.

வாழ்வின் கொந்தளிப்புகளை கடந்த உயர்நிலைகள்

பகுத்தறிவு ஆனது மாறிக் கொண்டே இருக்கும் கருத்துக்களை கவனத்தில் கொள்வது இல்லை, ஆனால் நிலையான உண்மைகளையே கவனத்தில் கொள்கிறது. பகுத்தறிவை அதன் தூய்மையான ஆற்றல் மிகு நிலையில் பெற்றுள்ளவன் பாரபட்சமான முன்அபிப்பிராயம் மிக்க காழ்ப்புணர்வு எண்ணங்களால் அடிமைப்படுத்த முடியாத நிலையில் இருப்பான். அவன், ஏற்கெனவே கருத்துருவாக்கம் ஆகி இருந்த எண்ணங்களுக்கு எந்த மதிப்பையும் கொடுக்காமல் விலக்கி விடுவான். ஒன்றை ஏற்க வேண்டும் என்றோ இன்னொன்றை நிராகரிக்க வேண்டும் என்றோ எந்த முயற்சியையும் மேற்கொள்ள மாட்டான். அவன் மிக கவனமாக உணர்வு வயப்படாமல் நடுநிலையாக இருந்து இரு புறங்களில் உள்ள யாவற்றையும் சீர்தூக்கி பார்த்து முரண்களை ஆராய்ந்து உண்மையை அடைவான்.

எவை எல்லாம் தூய்மை, கனிவு, நடுநிலைமை, நியாயம் கொண்டு இருக்கின்றனவோ அவற்றோடு எல்லாம் பகுத்தறிவு உண்மையில் தொடர்பு கொண்டு இருக்கும். வன்முறையாளன் அறிவில்லாமல் நியாயமற்ற முறையில் நடந்து கொள்வதாகக் கூறப்படுகிறான். அன்பானவன்

நியாயமான முறையில் நடந்து கொள்வதாகக் கூறப்படுகிறான். பைத்தியக்காரன் அறிவை இழந்து விட்டதாக, புத்தி பேதலித்து விட்டதாக கூறப்படுகிறான். எனவே இந்த வார்த்தையானது, ஆழ்ந்து உணரப்படாத நிலையிலும் அதன் உண்மை பொருளிலேயே பயன்பாட்டில் உள்ளது. பகுத்தறிவு என்பதன் பொருள் அன்பு, கனிவு, நியாய உணர்வு, தெளிந்த அறிவு என்பதாக இல்லை என்றாலும் அவை இருக்கும் திசையை நோக்கி அழைத்து செல்லக்கூடிய ஒன்றாகவே இருக்கிறது. அந்த தெய்வீக குணங்களோடு நெருக்கமான தொடர்பு கொண்டது. ஆராயந்து காட்ட வேண்டும் என்னும் ஒரே நோக்கத்திற்காக மட்டுமே அந்த தெய்வீக குணங்களுடன் ஆன தொடர்பை பகுத்தறிவு துண்டித்துக் கொள்கிறது.

மனிதனுக்குள் இருக்கும் எல்லா உயர்ந்த, சிறந்த குணங்களையும் பகுத்தறிவு முன்னிறுத்துகின்றது. கீழான மிருகவெறி உந்துதல்களினால் உந்தப்பட்டு அப்படியே கண்மூடித்தனமாக ஏற்று பின்பற்றும் மூடனிடமிருந்து ஒருவனை பகுத்தறிவு வேறுப்படுத்திக் காட்டுகிறது. ஒருவன் எந்த அளவு பகுத்தறிவின் குரலைக் கேட்காமல் செவி மடுக்கிறானோ அவன் அந்த அளவு தன் கீழ்நிலை உந்துதல்களினால் உந்தப்படும் மூடனாக இருப்பான். மில்டன் கூறுவது போல:

வாழ்வின் கொந்தளிப்புகளை கடந்த உயர்நிலைகள்

"மனிதனுள் இருக்கும் பகுத்தறிவு வெளிப்படாமல் இருக்கும் போது, அதன் வழிக்காட்டுதல்களை ஏற்க அவன் மறுக்கும் போது,

கீழ்நிலை ஆசைகள் உடனே செயல்பட்டு

அவனது வெறிஉணர்வுகளைக் கிளர்ந்து எழச்செய்து

பகுத்தறிவின் கையிலிருந்த ஆட்சியை பறித்துக்கொண்டு

அவனை அடிமையாக்கும்."

நுட்டல் அகராதியில் "பகுத்தறிவு" என்ற வார்த்தைக்கு பின்வருமாறு விரித்துரைக்கப்படும் பொருள் அதன் ஆழமான உட்பொருளை தெளிவுப்படுத்துகின்றது:

பகுத்தறிவு என்பது-, சொல்லப்படும் அல்லது செய்யப்படும் எந்த ஒன்றின் அடிப்படைக் காரணம் அல்லது அடிப்படை உள்நோக்கம் ஆகும், ஆக சிறந்த காரணம், இறுதிக் காரணம். மனிதனுள் இருக்கும் அறிவுத் திறனின் செயல்பாட்டு நிலை,

சே.அருணாசலம்

குறிப்பாக, நாம் உண்மையை அடைய வேண்டும் என்னும் நோக்கில்.

பகுத்தறிவு என்ற சொற்பதத்தின் அகலம், உண்மை என்ற சொற்பதத்தையே தழுவிக் கொள்ளும் அளவு விரிந்ததாக இருப்பதைக் காண்கிறோம். ஆர்ச்பிஷப் ட்ரென்ச்சு அவரது புகழ்ப்பெற்ற நூலான "ஆன் தி ஸ்டடி ஆஃப் வெர்ட்ஸ்" (வார்த்தைகளை குறித்த விளக்கம்) என்பதில் குறிப்பிடுவது: வார்த்தை மற்றும் பகுத்தறிவு என்னும் இரண்டு சொற்பதங்களும் ஒரே பொருளை தான் குறிக்கின்றன. அதனால் தான் கிரேக்க மொழியில் இரண்டு வார்த்தைகளும் ஒரே சொற்பதத்தால் தான் குறிக்கப்படுகின்றன. எனவே கடவுளின் வார்த்தை என்பது கடவுளின் பகுத்தறிவு எனப்படுகிறது. லா ஓட்சின் வாக்கியம் "தாவோ என்பது பகுத்தறிவு". அதனால் தான் புதிய ஏற்பாடின் சீன மொழிப்பெயர்ப்பில், புனித ஜான், இறை செய்தியில், "ஆரம்பத்தில் தாவோ இருந்தது" என மொழிப் பெயர்க்கப்பட்டுள்ளது.

பக்குவமும் முதிர்ச்சியும் அடையாத குறுகிய மனங்கள் எல்லா வார்த்தைகளையும் குறுகிய நோக்கத்திற்காகவே பயன்படுத்தும். ஆனால்

வாழ்வின் கொந்தளிப்புகளை கடந்த உயர்நிலைகள்

மனிதனின் அறிவும் இரக்கமும் பரந்து விரிந்ததாய் ஆகும் போது, வார்த்தைகள் உயர்ந்த பொருளை சுட்டிகாட்டுவதோடு தகுந்த நிலையை ஏற்று பலவற்றையும் உள்ளடக்கியதாய் விளங்கும். எனவே, நாம் வார்த்தைகளின் காரணமாக முட்டாள்தனமாகச் சண்டை போடுவதை நிறுத்திக் கொண்டு, பகுத்தறிவு உடையவர்களாய் கொள்கைகளையும் கோட்பாடுகளையும் நோக்க வேண்டும். அவை ஒற்றுமையையும் நிம்மதியையும் அளிக்கும் போது அவற்றை கடைப்பிடிக்க வேண்டும்.

15. சுய ஒழுக்கம்

ஒருவன் தன்னை ஒழுக்கப்படுத்திக் கொள்வதை தொடங்கும் வரை அவன் உண்மையில் வாழவில்லை, அவன் வாழ்வதாக வேண்டுமானால் காட்டிக் கொள்ளலாம். ஒரு மிருகத்தைப் போல தனது ஆசைகளை நிறைவேற்றிக் கொள்கிறான். அவனது உந்துதல்கள் எங்கெல்லாம் அழைத்து செல்கிறதோ அங்கெல்லாம் பின் தொடர்கிறான். ஒரு மிருகத்தைப் போலவே அவனும் மகிழ்ச்சியாக இருக்கிறான், எதை எல்லாம் அவன் தனக்கு மறுத்திருக்கிறான் என்பதை உணராமலோயே. ஒரு மிருகத்தைப் போலவே அவனும் துன்பப்படுகிறான். அந்த துன்பத்திலிருந்து வெளிவரும் வழியை அவன் இன்னும் அறிந்து கொள்ளாததால். அவனுக்கு வாழ்வைக் குறித்த தெளிவான புரிதல் இல்லை. அவன் தொடர் இச்சைகளில்-கிளர்ச்சிகளில், ஏக்கங்களில்-எதிர்பார்ப்புகளில் வாழ்வதால், அவனது நினைவுகள் எந்த ஒரு அடிப்படையிலும் இல்லாமல் தொடர்பின்றி குழப்பமாக இருக்கின்றன. ஒருவனது உள்ளம் ஒரு ஒழுங்குமுறையின்றி குழப்பமாக இருக்கும் போது அந்த ஒழுங்கின்மையும் குழப்பமும் அவனது

வாழ்வின் கொந்தளிப்புகளை கடந்த உயர்நிலைகள்

புறவாழ்வின் சூழ்நிலைகளில் வெளிப்படவே செய்யும். ஒரு காலத்திற்கு வேண்டுமானால் தனது ஆசைகள் என்னும் ஆற்றின் நீரோட்டத்தால் புற உலகின் தேவைகளையும் வசதிகளையும் அவன் தன் பால் ஈர்க்க முடியும், ஆனால் அவன் ஒரு போதும் ஒரு உண்மையான வெற்றியையோ நன்மையையோ அடைய மாட்டான். விரைவாகவோ அல்லது காலம் தாழ்ந்தோ உலக வாழ்வின் தோல்விகளிலிருந்தும் இடர்பாடுகளிலிருந்தும் அவன் தப்ப முடியாது. காரணம் அவன் தன் உள்ளத்தின் ஆற்றல்களைச் சரிப்படுத்திக் கொள்ள செம்மைப்படுத்திக் கொள்ள தவறியதால் அவற்றின் வெளிப்பாடான புற உலக வாழ்வின் தோல்விகளிலிருந்து அவன் தப்ப முடியாது.

ஒருவன் இந்த உலகில் நிலைத்து பயன்தரக்கூடிய ஏதோ ஒன்றை சாதிப்பதற்கு முன் தன் மனதை ஆளும் திறனில் ஓரளவாவது வெற்றி பெற்று இருக்க வேண்டும். இரண்டும் இரண்டும் நான்கு என்பது எந்த அளவுக்கு உண்மையோ அது போலத் தான் இதுவும். "உள்ளத்திலிருந்தே வாழ்வு புறப்படுகிறது". தன் உள்ளிருக்கும் ஆற்றல்களின் மீது ஒருவனுக்கு கட்டுப்பாடு இல்லை என்றால், அவற்றின் வெளிப்பாடான புற வாழ்வின் நடவடிக்கைகளை அவனால் கட்டுப்படுத்த முடியாது. தன் உள்ளத்தின் ஆற்றல்களை ஆளும்

சே.அருணாசலம்

திறம் பெற்று இருப்பவன் உலகில் மென்மேலும் உயர் வலிமைகளை, பயன்பாடுகளை, வெற்றிகளை அடைகிறான்.

ஒரு மிருகத்திற்கும் ஒழுங்கற்ற மனிதனுக்கும் உள்ள ஒரே வேறுபாடு, மனிதனுக்கு மிருகத்தை விட பல்வேறு வகை ஆசைகள். எனவே, அவன் அனுபவிக்கும் துன்பமும் அவனை வாட்டிவதைப்பதாக இருக்கின்றது. அத்தகைய ஒரு மனிதனை இறந்தவன் என்றே கூறலாம். காரணம் சுய கட்டுப்பாடு, நாணம் அல்லது மான உணர்ச்சி, மன உறுதி போன்ற வாழ்வின் எல்லா உயர்குணங்களும் அவனுள் உண்மையிலேயே இறந்திருக்கின்றன. அவனது உணர்வின் ஆழத்தில் சிலுவையில் அறையப்பட்ட கிறிஸ்து புதைக்கப்பட்டு இருக்கின்றது. அது உயிர்த்தெழும் போது அந்த உணர்வின் சொந்தக்காரன் துன்பப்படுவான். அந்த துன்பம் அவனை விழித்து எழச் செய்து வாழ்வின் உண்மைகளை அவனுக்கு புரிய வைக்கும்.

வாழ்வின் கொந்தளிப்புகளை கடந்த உயர்நிலைகள்

மனிதன் சுய ஒழுக்கத்தை கடைபிடிக்கும் போது வாழத் தொடங்குகிறான். காரணம், அப்போது அவன் தன் உள்ளத்தின் குழப்பங்களில் இருந்து மேல் எழுகிறான். தன் உள்ளிருப்பில் இருக்கும் உறுதியான மையத்தின் கட்டளைக்கு ஏற்ப தன் ஒழுக்க முறைகளைச் சரிப்படுத்திக் கொள்கிறான். அவனது உந்துதல்கள் இழுக்கும் திசை எல்லாம் அவன் ஓடுவது இல்லை, தன் ஆசைகளை கடிவாளம் கொண்டு இறுகப் பிடிக்கிறான். பகுத்தறிவின், மெய்யறிவின் கட்டளைகளுக்கு ஏற்ப வாழ்கிறான். இதுவரை அவனது வாழ்வில் எந்த குறிக்கோளா இலக்கோ இல்லை. ஆனால் இப்போது அவனது விதியை நிர்ணயித்துக் கொள்பவனாக இருக்கிறான். அவன் சரியான மனநிலையில் இருக்கிறான்.

சுய-ஒழுக்கத்தை கடைப்பிடிப்பதில் மூன்று நிலைகள் இருக்கின்றன:

1. கட்டுப்படுத்துவது

2. பரிசுத்தப்படுத்துவது

3. வேண்டாதவற்றை நீக்குவது

சே.அருணாசலம்

இதுவரையிலும் அவனை கட்டுப்படுத்தி ஆட்டுவித்த வெறியுணர்வுகளை ஒருவன் கட்டுப்படுத்தத் தொடங்கும் போது ஒருவன் தன்னை ஒழுக்கப்படுத்திக் கொள்ள தொடங்குகிறான். அவன் தூண்டுதல்களின் கொக்கி பிடியில் சிக்க மறுக்கிறான். மிக எளிதாகவும் இயல்பாகவும் எழும் உந்துதல்களை, நிறைவேற்றிக் கொள்ளத் துடிக்கும் இச்சைகளை, முன்பிருந்த வாழ்வில் அவனது பெரும் வழக்கமாக இருந்தவைகளை இப்போது கட்டுப்படுத்துகிறான். தன் உணவுமுறைகளை ஒரு கட்டுக்குள் கொண்டு வருகிறான். தேவையான பொழுது பொறுப்புடன் தேர்ந்து எடுத்த உணவை அளவோடு உண்கிறான். அவனது குறிக்கோள், ஒரு மனிதனாக வாழ்வதற்கு உதவும் கருவியாக அவன் தன் உடம்பை பேணிக் காப்பது ஆகும். அந்த உடம்பை அவன் சிற்றின்ப கிளர்ச்சிகளில் ஈடுபடுத்தி அதைச் சிறுமைப்படுத்துவது இல்லை. தன் நாவின் மீது ஒரு கட்டுப்பாட்டை விதிக்கிறான். தன் கோபங்களின் மீது, அவனுள் எழும் ஒவ்வொரு இயல்பின் மீதும், அவை ஒவ்வொன்றும் தன் உள் மையத்தின் கட்டளைக்கு ஏற்ப செயல்படும் வகையில் கட்டுப்படுத்துகிறான். இது உள்ளிருந்து வாழ்வதற்கு ஒப்பான நிலையாகும். இதற்கு மாறாக முன்பிருந்த வாழ்வு வெளியிருந்து உள் செல்வதாக இருந்தது. ஒரு இலட்சிய கருவை தன் இதயத்தின் புனித பெட்டகத்தில் வைத்திருக்கிறான். அதன்

வாழ்வின் கொந்தளிப்புகளை கடந்த உயர்நிலைகள்

கட்டளைகளுக்கும் தேவைகளுக்கும் ஏற்ப தன் ஒழுங்கு முறைகளை ஏற்படுத்திக் கொள்கிறான்.

இந்த பிரபஞ்சத்தின் ஒவ்வொரு அனுவிலும், ஒவ்வொரு அனுக்கூட்டத்திலும் ஒரு அசைவற்ற உள் மையம் இருக்கிறது, அது இந்த பிரபஞ்ச செயல்பாடுகளின் மூலகாரணங்களை எல்லாம் காக்கின்றது என ஒரு தத்துவ கோட்பாடு கூறப்படுகிறது. இது ஒருபக்கம் இருக்கட்டும், ஆனால்-, ஒவ்வொரு ஆணின், ஒவ்வொரு பெண்ணின் இதயத்திலும் தான் என்ற உணர்வில்லாத ஒரு உள் மையம் உறுதியாக இருக்கின்றது. அந்த உள் மையம் இல்லாமல் இந்த புற மனிதன் இல்லை. அந்த உள்மையத்தை புறக்கணிப்பது தான் துன்பத்திற்கும் குழப்பத்திற்கும் காரணமாக இருக்கின்றது. இந்த தான் என்ற உணர்வற்ற உள்மையம் மனதில் ஏற்கும் வடிவம்—ஒரு சுயநலமற்ற தூய்மையான இலட்சியமாக இருக்கும், அதை அடைவது விரும்பத்தக்கதாக இருக்கும். வெறியுணர்வின் புயல்களிலிருந்தும் கீழ்நிலை இச்சைகளின் மோதல்களிலிருந்தும் அவனுக்கு நிரந்தர புகலிடத்தை கொடுக்க கூடியதாக அந்த உள்மையம் இருக்கும். அது எல்லா மனிதர்களின் உணர்விலும் காலத்திற்கும் நிலைத்து இருக்கும் தெய்வீக உணர்வாகும்(கிறிஸ்து).

ஒருவன் சுய ஒழுக்கத்தைக் கடைபிடிக்கும் போது இந்த உள்மையத்தை மிக அருகில் நெருங்குவான், இன்பம்-துன்பம், வெறியுணர்வு, துக்கம் ஆகியவைகளால் அவன் பாதிப்புக்கு உள்ளாவது குறைந்து கொண்டே இருக்கும். அவன் வாழ்வு உறுதியானதாக, நன்னெறி மிக்கதாக, துணிவையும் வீரத்தையும் வெளிப்படுத்தும் விதமாக இருக்கும். சுய ஒழுக்கத்தைப் பொறுத்த வரையில், இந்த கீழ்நிலை உணர்வுகளை கட்டுப்படுத்துவது என்பது ஆரம்ப நிலை மட்டுமே. அதற்கு அடுத்த நிலையாக தூய்மைப்படுத்துதல் தொடரும். இவ்வாறு ஒருவன் தன்னை தூய்மைப்படுத்திக் கொள்வதால், கீழ்நிலை உணர்வுகளை தன் மனதிலிருந்தும் இதயத்திலிருந்தும் நீக்க முடியும். அது எழும் போது அதை அடக்குவதற்கு பதிலாக அதை மீண்டும் எழ விடாமல் தடுப்பதாகும். ஒருவன் தன் கீழ்நிலை உணர்வுகளை அடக்கி கொண்டு இருப்பதால் நிம்மதியை அடைய முடியாது, குறிக்கோளை எட்ட முடியாது. அவன் மனத்துக்கண் மாசிலன் ஆதல் வேண்டும். மனத்தகத்து மாசை அறுக்க வேண்டும்.

தன் கீழ்நிலை இயல்புகளை பரிசுத்தப்படுத்திக் கொள்வதால் தான் ஒருவன் வலிமையானவனாகி தெய்வீக தன்மைகளைப் பெற முடியும், தன் உள் இருக்கும் தெய்வீக மையத்தில் உறுதியாக நிற்க முடியும். எல்லா தூண்டுதல்களின் ஆற்றல்களையும் அழித்து செயலிழக்கச் செய்ய முடியும். இந்தத் தூய்மைபடுத்துதலில் மிக்க கவனத்தோடும், உள்ளார்ந்த தியானத்தோடும், புனிதமான பேரார்வத்தோடும் ஈடுபட வேண்டும். இதில் வெற்றி பெறும் போது-, மனதின் குழப்பங்களும் வாழ்வின் குழப்பங்களும் நீங்கியிருக்கும். அமைதியும் பொறுமையுமான சாந்த மனமும் ஆன்மீக ஒழுங்கும் வாழ்வில் இடம் பெறும்.

மன மாசை அறுப்பதால் உண்மையான வலிமையும் ஆற்றலும் பயன்பாடும் பிறக்கின்றது. காரணம், கீழ்நிலை மிருக ஆற்றல்கள் தொலைந்து விடவில்லை, ஆனால் அவை அறிவு சார்ந்த ஆற்றல்களாக ஆன்மீக ஆற்றல்களாக உருமாற்றப்பட்டு இருக்கின்றன. ஒரு தூய்மையான வாழ்வு (எண்ணம் மற்றும் செயல்களில் தூய்மையான வாழ்வு) என்பது ஆற்றல்களை ஒன்று குவித்து சேகரிக்கும் வாழ்வாகும். ஒரு தூய்மையற்ற வாழ்வு (தூய்மையின்னமை என்பது எண்ணத்தில் மட்டுமே இருந்தால் கூட) ஆற்றல்களை சிதறடித்து வீணாக்கும் வாழ்வாகும்.

எனவே, தூய்மையான மனிதன் தனது திட்டங்களில் வெற்றி பெறுவதற்கும் தனது குறிக்கோளை அடைவதற்கும் தூய்மையற்ற மனிதனை விட தகுதி வாய்ந்தவனாக இருக்கிறான். தூய்மையற்ற மனிதன் தோற்குமிடம் தூய்மையான மனிதன் அடி எடுத்து வைத்து வெற்றிப் பெறுவான். காரணம், அவன் அமைதியும் பொறுமையுமான சாந்தமான மனதோடு அதிக உறுதியோடும் தன் ஆற்றலை, குறிகோளின் வலிமையோடு செலுத்துகிறான்.

தூய்மை குணம் வளர வளர, எவை எல்லாம் ஒரு வலிமையான அறநெறி சார்ந்த வாழ்வின் கூறுகளாக விளங்குகின்றனவோ அவை எல்லாம் மென்மேலும் உயர்படிநிலைகளை அடையும். எந்த அளவுக்கு ஒருவன் தன் கீழ்நிலை இயல்புகளை கட்டுக்குள் கொண்டு வருகிறானோ, தனது வெறியுணர்வுகளுக்கு விடை கொடுத்து அனுப்புகிறானோ, அந்த அளவுக்கு அவன் தன் புற வாழ்வின் சூழ்நிலைகளை வடிவமைத்து மற்றவர்களுக்கு நல்விதமான ஓர் ஈர்ப்பை ஏற்படுத்துவான்.

வாழ்வின் கொந்தளிப்புகளை கடந்த உயர்நிலைகள்

சுய ஒழுக்கத்தின், மூன்றாவது நிலை கீழ்நிலை ஆசைகள், தூய்மையற்ற-தகுதியற்ற எண்ணங்கள் ஆகியவைகளுக்கு மனதில் பிடிகொடுக்காமல் கைவிட்டு தானாக உதிர்ந்து விழச் செய்வதாகும். அவற்றுக்கு உள்அனுமதி அளிக்க மறுத்து அவை மடிந்து போகச் செய்வதாகும். ஒருவன் தூய்மையானவனாக மாறும் போது, தனது ஊக்குவிப்பு கிடைத்தாலன்றி எல்லா தீமைகளும் ஆற்றலில்லாதவைகளே என உணர்கிறான். எனவே, அவன் அவற்றைப் புறக்கணித்து தன் வாழ்விலிருந்து கடந்து போக வழி செய்கிறான். சுய ஒழுக்கத்தின் இந்த அம்சத்தை கடைபிடிக்கும் போது தான் ஒருவன் தெய்வீக வாழ்விற்குள் அடி எடுத்து வைத்து அதை உணர்கிறான். மெய்யறிவு, பொறுமை, எதிர்ப்பைத் துறப்பது, இரக்கம், அன்பு போன்ற தெய்வீக குணங்களை வெளிப்படுத்துகிறான். அவன் வாழ்வின் நிலையற்ற, உறுதியற்ற தன்மைகளிலிருந்து மேல் எழுந்து மாறாத மெய்ஞான நிம்மதியுடனான உணர்வில் என்றும் வாழ்கிறான்.

சுய ஒழுக்கத்தால் ஒருவன் நற்குணத்தின், புனிதத்தின் ஒவ்வொரு படிநிலையையும் தொடுகிறான். இறுதியில் யாவற்றின் இதயத்தோடும் தான் ஒன்றியிருக்கும் நிலையை உணர்கிறான்.

சுய ஒழுக்கமில்லாமல் ஒருவன் மேலும் மேலும் கீழ் நிலைக்கு சென்றவாறு இருக்கிறான், ஒரு வெறிபிடித்த மிருக நிலையையும் கிட்டத்தட்ட எட்டுகிறான், இறுதியில் தனது முட்டாள்தனத்தால், கைவிடப்பட்ட ஒரு உயிராக புழுங்கி தவிக்கிறான். சுய ஒழுக்கத்தால் ஒருவன் மேலும் மேலும் உயர்நிலைக்கு சென்றவாறு இருக்கிறான். இறுதியில் மீட்டு காப்பாற்றப்பட்ட ஆன்மாவாக, தனது தூய்மையின் ஒளியோடு தெய்வீக தன்மையுடன் நிமிர்ந்து இருக்கிறான். ஒருவன் சுய ஒழுக்கத்தை கடைபிடிக்கும் போது வாழ்வான். சுய ஒழுக்கத்தை கடைபிடிக்காத போது மடிவான்.

ஒரு மரம் வளரும் போது தேவையற்ற திசைகளில் பரப்பும் அதன் கிளைகளை வெட்டி அதன் வளர்ச்சியில் கவனம் செலுத்தினால் அழகோடு செழிப்பாக இருந்து காய்த்து கனிகளை ஈனும். அது போலவே மனித மனம் என்னும் மரத்தின் தீமையான கிளைகள் வெட்டப்பட்டு, நன்மையான

வாழ்வின் கொந்தளிப்புகளை கடந்த உயர்நிலைகள்

கிளைகளோடு மரம் தொடரும் கைவிடாத முயற்சியோடு கவனிக்கப்பட்டு வளர்க்கப்படும் போது, மனிதனின் வாழ்வு பேரழகு, பேரினிமை பண்புகளோடு மலரும்.

ஒருவன் பழக பழக தன் கைத்தொழிலில் திறன் பெறுகிறான். அது போலவே உள்ளார்ந்து உண்மையோடு செயல்படும் மனிதனும் தன்னிடமுள்ள நன்மையையும் மெய்யறிவையும் வளர்த்துக் கொள்கிறான். மனிதர்கள் சுய ஒழுக்கத்தை கைவிடுவதற்குக் காரணம் அதன் ஆரம்ப நிலைகள் சுலபமாக இருக்காது. வலியும், வேதனையும் மிக்கதாக இருக்கும். அத்துடன் இல்லாமல், ஆசைகளுக்கு இணங்குவது இனிமையானதாகவும் சுண்டி இழுப்பதாகவும் இருக்கும். ஆனால், ஆசையின் முடிவு இருளும் பேர் அலைச்சலும் தான். ஆனால், சுய ஒழுக்கத்தால் கனிவது நிலையான பெருநிம்மதி.

16. மனத்திட்பம்

தனி மனித வாழ்வில், முன்னேற்றத்துக்கு நேரடியான ஒரு பெரும் உந்து சக்தியாக இருப்பது எண்ணிய செயல் நிறைவேற்றுவதறகான உறுதி அல்லது மனத்திட்பமே ஆகும். மன திட்பமின்றி மதிக்கத்தக்க எந்த ஒரு பணியையும் நிறைவேற்ற முடியாது. ஒருவனது வாழ்வின் செயல்பாடுகளில் மனத்திட்பம் இயைந்து வரும் போது தான் அவனது முன்னேற்றம் உணர்வோடு விரைவாக நடைப்பெறும். எண்ணிய செயலை மனத்திட்பத்துடன் நிறைவேற்ற குறிகோளற்ற வாழ்வு, ஒரு இலக்கு இல்லாத வாழ்வாகும். அது இழுக்கப்படும் திசை எல்லாம் செல்லும் உறுதியற்ற ஒரு நிலையாகும்.

மனத்திட்பத்தை சில கீழ்நிலை உந்துதல்களோடும் தொடர்புப் படுத்திக் கொள்ள முடியும். ஆனால், அது பெரும்பாலும் சிறப்பு வாய்ந்த இலக்குகள், உயர்ந்த இலட்சியங்களின் துணையாகவே இருக்கும். மனத்திட்பத்தின் பயன்பாட்டை இந்த கட்டுரை அந்த கோணத்தில் மட்டுமே அணுகும்.

வாழ்வின் கொந்தளிப்புகளை கடந்த உயர்நிலைகள்

ஒருவன் மனத்திட்பத்தோடு ஒரு தீர்மானத்தை மேற்கொள்கிறான் என்றால், அவன் தனது தற்போதைய வாழ்வின் நிலை குறித்து மனநிறைவின்றி இருக்கிறான் என்று பொருள், அவனது வாழ்வை அமைத்துக் கொண்டிருக்கும் அவனது குண இயல்புகளையும் மன ஆற்றல்களையும் மேன்மைப்படுத்தி ஒரு சிறந்த நிலையை உருவாக்கி கொள்ள நினைக்கிறான். அவனது மனத்திட்பம் உண்மையாக இருக்கும் வரை அவன் தன் குறிக்கோளை அடைவதில் வெற்றிப் பெறுவான்.

புனிதர்கள் மேற்கொண்ட உறுதிமொழிகள் எல்லாம் தன்னை வெல்ல வேண்டும் என்னும் புனித மனத்திட்பத்தால் உதித்தது ஆகும். சான்றோர்களின் சாதனைகள், ஆன்மீக ஆசான்களின் வெற்றிகள் நிறைவேறியதற்கு காரணம் அவர்களது தடம்புரளாத, பினவாங்காத, உறுதியான மனதிட்பமே.

இதுவரை நடந்த வாழ்க்கை பாதையை விட்டுவிட்டு தேர்வு செய்துள்ள வேறு ஓர் உயர்ந்த பாதையில் தொடர்ந்து செல்வதற்கு தேவைப்படும் மன

உறுதியை மனதிட்பம் அளித்து உதவும். அந்தப் பாதையில் அரும்பாடுபட்டுக் கடந்து வர வேண்டிய பல தடைகளை மனதிட்பம் வெளிப்படுத்தும் என்றாலும் அந்தப்பாதையின் இருள் மிகுந்த பகுதிகளை இந்த மனத்திட்பம் அதன் பொன்னிற ஒளிவட்டத்தால் ஒளிமயமாக்கி அந்தப் பாதையைக் கடக்க உதவும்.

நெருக்கடித் தரும் நீண்ட சிந்தனைகள், நிறைவேறாத உயர்வு எண்ணங்களின் தொடர் மனப்போராட்டங்கள் ஆகியவற்றின் விளைவாகவே உண்மையான மனத்திட்பம் உருவாகிறது. அது மனநிறைவற்ற நிலையிலிருந்து வெளியேற துடிக்கும் ஒரு பேரார்வம். அது தோன்றி உடன் மறையும் சிறிய உந்துதலோ அல்லது அற்பமான ஆசையோ அல்ல. ஆனால், ஏற்று கொண்டு இருக்கும் அந்த உயரிய இலட்சியத்தை அடையும் வரை முயற்சியைக் கைவிடாத, திரும்ப பெற்றுக் கொள்ளாத மன உறுதி மிக்க தீர்மானமே மனதிட்பம் ஆகும்.

அரை மனதோடும் முழுமையின்றியும் பிறப்பெடுத்துள்ள மனத்திட்பம், மனதிட்பமே அல்ல. எதிர்வரும் முதல் பிரச்சினையிலயே அது உடைந்து சிதறும்.

ஒருவன் மனத்திட்பத்தை மெதுவாக உருவாக்கி கொள்ள வேண்டும். தனது நிலை குறித்து ஆழ்ந்து சிந்திக்க வேண்டும். தான் மேற்கொள்ளவிருக்கும் முடிவால் அவனுக்கு நேரும் எல்லா சூழ்நிலைகளையும் பிரச்சினைகளையும் அவன் சந்திக்க தன்னைத் தயார்படுத்திக் கொள்ள வேண்டும். தனது உறுதியான தீர்மானத்தின் தன்மையை அவன் முழுமையாக புரிந்து இருக்க வேண்டும். அவன் மனம் அதை முழுமையாக ஏற்று இருக்க வேண்டும். அந்த விஷயத்தில் அவனுக்கு எந்த வித குழப்பமோ அச்சமோ இருக்கக் கூடாது. இவ்வாறு மனம் தயார்ப்படுத்தப்படும் போது, உருவாகியிருக்கும் தீர்மானத்திலுருந்து விலகும் நிலை நேராது. அதன் உதவியோடு காலப்போக்கில் ஒருவன் தனது வலிமையான குறிக்கோளை அடைவான்.

அரை குறை தீர்மானங்களால் எந்தப் பயனும் இல்லை. மனம் தாக்குப் பிடிக்கும் வலிமையை பெற்று இருக்க வேண்டும்.

சே.அருணாசலம்

ஒருவன் ஓர் உயர் பாதையில் பயணிக்க முடிவு செய்யும் அந்தக் கணமே அவனுக்குத் தூண்டுதல்களும் சோதனைகளும் ஆரம்பமாகிவிடுகின்றன. மனிதர்கள், ஒரு உண்மையான, உயரிய, சிறந்த வாழ்வை வாழ மனதிட்பம் கொள்ளும் போது அவர்கள் இது வரை சந்தித்திராத அளவுக்கு புதிய புதிய தூண்டுதல்களும், பிரச்சினைகளும் தோன்றி அவர்களால் தங்களது நிலையை தாங்கி கொள்ள முடியாத அளவிற்கு செய்துவிடுகின்றன. இதன் காரணமாக, பல மனிதர்கள், தங்கள் தீர்மானங்களைப் பாதியிலேயே கைவிடுகிறார்கள்.

ஆனால், ஒருவன் தான் வாழ நினைக்கும் புதிய வாழ்வை ஏற்படுத்திக் கொடுப்பதற்கான ஒரு இன்றியமையாத பகுதியாகவே இந்தத் தூண்டுதல்களும் சோதனைகளும் நிகழ்கின்றன. எனவே உறுதி ஏற்று இருக்கும் தீர்மானம், அதன் பணியை செய்ய வேண்டுமானால், இந்த தூண்டுதல்களையும் சோதனைகளையும் நண்பர்களாகக் கருதி அவற்றைத் துணிவுடன் சந்திக்க வேண்டும். காரணம், ஒரு உள்மன தீர்மானம் அல்லது மனத்திட்பம் ஒன்றின் உண்மை இயல்பு தான் என்ன? நிகழ்வாழ்வின் ஒரு ஒழுக்க

வாழ்வின் கொந்தளிப்புகளை கடந்த உயர்நிலைகள்

முறையையோ அல்லது வழிமுறையையோ கைவிட்டு புதிய ஒரு வழித்தடத்தை தேர்வு செய்யும் பேரார்வமின்றி வேறு என்ன? வேகமாக ஒரு வழித்தடத்தில் ஓடிக்கொண்டிருக்கும் ஒரு ஆற்றின் நீரோட்டத்தை வேறொரு திசையில் ஓடச்செய்வதற்கான முயற்சியில் ஈடுபட்டு இருக்கும் ஒரு பொறியாளரை நினைத்துப் பாருங்கள். முதலில் அவர் புதிய வழித்தடத்தை வெட்டி உருவாக்க வேண்டும். தான் மேற்கொண்டிருக்கும் செயற்பாட்டில் தோல்வி ஏற்படாமல் இருக்க அவர் எல்லா முன்னெச்சரிக்கை நடவடிக்கைகளையும் மேற்கொள்ள வேண்டும். நீரோட்டத்தை புதிய வழித்தடத்தில் திசை திருப்பும் மிக முக்கிய பணியின் போது, அந்த நீரோட்டம் கால காலமும் பயணம் செய்த திசையில் நேர்ந்துள்ள மாற்றத்தால், தனது வழக்கமான பாதையில் நேர்ந்துள்ள தடையால், அந்த நீரோட்டம் கட்டுக்குள் உடன் வசப்படாமல் எதிர் ஆற்றலுடன் செயல்படும். பொறியாளர் பொறுமையுடன் கவனித்து தன் முழு திறனையும் செலுத்தியே தான் ஏற்ற பணியை வெற்றிகரமாக நிறைவேற்ற முடியும். ஒருவன் தான் கடைபிடித்து வந்த ஒழுக்கமுறைகளை கைவிட்டு வேறு ஓர் உயர்ந்த ஒழுக்க முறைகளைப் பின்பற்ற எண்ணும் போதும் இது போன்ற நிலை தான் ஏற்படும். அவன் தன் மனதை புதிய ஒழுக்கமுறைக்கு தயார் படுத்திக்கொண்டு இருப்பது என்பது ஒரு புதிய

வழித்தடத்தை வெட்டி உருவாக்கியதற்கு இணையானதாகும். அடுத்ததாக அவன் தன் மனதின் ஆற்றல்களை இதுவரை தடையில்லாமல் ஓடிக்கொண்டிருந்த பழைய பாதையிலிருந்து புதியதாக உருவாக்கிய பாதைக்கு மாற்ற முயற்சிக்கிறான். இந்த முயற்சி ஆறு பாய்ந்து செல்லும் அதன் வழக்கமான பாதையை மாற்றுவதற்கு ஒப்பாகும். இது தொடங்கப்பட்ட உடனேயே அந்த மன ஆற்றல் கட்டுக்குள் வர விரும்பாமல் தன்னை நிலை நிறுத்திக் கொள்ள பெரு முயற்சி எடுக்கின்றது. அதன் விளைவாகவே இது வரை சந்தித்திராத வலிமையான உள்மனத் தூண்டுதல்களும் சோதனைகளும் அவனுக்கு ஏற்படுகிறது. இது இப்படித் தான் நிகழும். இது இப்படி நிகழ வேண்டும் என்பதே விதி. நீரோட்டத்தில் செயல்படும் விதி தான் மன ஓட்டத்திலும் செயல்படுகின்றது. இயற்கை விதிளை எந்த மனிதனாலும் மாற்ற முடியாது. ஆனால், அவன் அந்த விதி வேறு மாதிரியாக இருந்திருக்க கூடாதா என ஆசைப்படுவதற்கு பதிலாக, அந்த விதியின் பாடங்களை அவன் கற்று கொள்ளலாம். மனம் புத்துணர்வு அடைவதில் எவை எல்லாம் அடங்கியிருக்கின்றன என புரிந்து கொண்டுள்ளவன் "சோதனைகளில் மகிழ்ச்சி கொள்வான்". இந்த சோதனைகளை வெற்றிகரமாக கடந்தால் தான் அவனால் மனவலிமை, இதயத்தூய்மை ஆகியவைகளை பெற்று

நிம்மதியை அடைய முடியும் என தெரிந்து இருக்கிறான். இறுதியில் பொறியாளர் (பெரும்பாலான சமயங்களில் பல தவறுகள், தோல்விகளுக்கு பின்பே) ஆற்றின் நீரோட்டத்தை புதிய வழித்தடத்தில் செலுத்துவதில் வெற்றிப் பெறும் போது, அதன் கொந்தளிப்பு அடங்கியிருக்கும் போது எல்லா தடுப்பணைகளும் நீக்கப்படும். அது போலவே மனத்திட்பம் கொண்டவன், தனது எண்ணங்களையும் செயல்பாடுகளையும் தான் விரும்பிய வண்ணம் மேலான, உயர்வான பாதையில் செலுத்துவதில் வெற்றிப் பெறும் போது தூண்டுதல்களும் சோதனைகளும் வீற்றிருந்த இடத்தில் உறுதியான வலிமையும் நிலையான நிம்மதியும் வீற்றிருக்கும்.

எவன் தனது வாழ்வு தன் மனசாட்சியின் படி ஒத்திசைவாக இல்லை என நினைக்கின்றானோ, தன் மனதை திருத்தி ஒரு குறிப்பிட்ட திசையில் செலுத்த பேரார்வம் கொண்டிருக்கின்றானோ, அவன் தன் உண்மையான எண்ணங்களின் வாயிலாகவும் சுய பரிசோதனையின் வாயிலாகவும் தனது குறிக்கோளைப் பற்றிய தெளிவை ஏற்படுத்திக்கொள்ளட்டும். அதை பற்றிய ஒரு இறுதி நிலை வந்தவுடன் ஒரு மனதிட்பத்தை உருவாக்கி கொள்ளட்டும். அவ்வாறு ஏற்படுத்திக்கொண்ட பின் அவன் அதிலிருந்து விலகக்கூடாது. தன்

மனதிட்பத்திற்கு எந்தச் சூழ்நிலையிலும் அவன் உண்மையுடன் இருக்கட்டும். அப்போது, அவன் தன் குறிக்கோளை அடைவதில் தோல்வி அடைய மாட்டான். காரணம், ஒருவன் ஆழமான பாவங்களை செய்திருந்தாலும் அல்லது எவ்வளவோ தோல்விகளை சந்தித்து இருந்தாலும் தவறுகளைச் செய்து இருந்தாலும், அவன் தன் உள்மன ஆழத்தில் சிறந்த ஒரு வழியை அடைய வேண்டும் என திடமான மனதை கொண்டிருந்தால் எல்லாம் வல்ல நீதியானது அவனை கேடயமாக இருந்து காப்பாற்றும். ஒரு தெளிவான உறுதியான மனத்திட்பத்திற்கு எல்லா குறுக்கீடுகளும் தடைகளும் இறுதியில் வழிவிட்டுத் தான் ஆக வேண்டும்.

17. பேருவகை தரும் வெற்றி

தான், தனது என்கிற சுயத்தை வெற்றிக் கொள்வதால் மட்டுமே உண்மையை உணர முடியும்.

கீழ்நிலை இயல்புகளில் இருந்து மீள்வதால் மட்டுமே அருள்நிலையை அடைய முடியும்.

மனிதனது ஆணவ அகம்பாவமே அவன் உண்மையின் பாதையில் நுழைவதைத் தடுக்கின்றது.

ஒரு மனிதனின் உண்மையான எதிரிகள் அவனது வெறிஉணர்வுகளும் சுயமாயைகளுமே. அவை மட்டுமே அவனுக்கு இடையூறாக இருக்க முடியும். அவன் இதை உணர்ந்து, தனது உள்ளத்தை தூய்மையாக்கிக் கொள்ளத் தொடங்கும் வரை, மெய்யறிவுக்கும் நிம்மதிக்கும் அழைத்துச் செல்லும் பாதையை அவன் காண்பது இல்லை.

வெறியுணர்வுகளை விட்டு மேலெழும் வரை, உண்மை அறியப்படாமலே இருக்கும். இதுவே தெய்வீக நியதி. ஒரு மனிதன் தனது வெறியுணர்வுகளை கைவிடாமல் உண்மையை அடைய முடியாது. சுயநலம் இறக்கும் வரை தவறுகளை வீழ்த்த முடியாது.

தன்னை வெல்வது என்பது ஏதோ புதிரான ஒரு தத்துவ கோட்பாடு அல்ல, ஆனால் மிக உண்மையான, நடைமுறைக்கு ஒத்து வரும் ஒன்று.

தன்னை வெல்லும் இந்த முயற்சி துளியும் விலகாத நம்பிக்கையோடு, தயங்காத மன திட்பத்தோடு ஒவ்வொரு நாளும் ஒவ்வொரு மணிப்பொழுதும் தொடர்ந்து மேற்கொள்ளப்பட்டால் மட்டுமே வெற்றியின் எந்த படிநிலை அளவையாவது எட்ட முடியும்.

தன்னைத் தானே வெல்லும் இந்த முயற்சியின் செயல்முறையானது ஒரு நிலையிலிருந்து அடுத்த நிலை என படிபடியாக ஒரு மரத்தின் வளர்ச்சியை போல இருக்கும். ஒரு மரத்தை பொறுமையாகவும் கவனமாகவும் பயிற்றுவிக்கும் போதே அதிலிருந்து கனிகளை பெற முடியும். அது போல மனதை சரியான எண்ணங்கள், சரியான செயல்கள் என பொறுமையாக நம்பிக்கையுடன் நல்வழிப்படுத்தும் போது தான் அது தூய்மையும் மனநிறைவுமான புனிதம் என்னும் கனியைத் தரும்.

வாழ்வின் கொந்தளிப்புகளை கடந்த உயர்நிலைகள்

வெறியுணர்வுகளில் (இதில் எல்லா வகை கெட்டப்பழக்கங்களும் சில குறிப்பிட்ட வகை தீய செயல்களும் அடங்கி இருக்கும்) இருந்து மீண்டு எழுவதை ஐந்து படிநிலைகளாக பிரிக்கலாம்.

அவை

1. அடக்க முயற்சித்தல்
2. தாங்கி கொள்ளுதல்
3. நீக்குதல்
4. புரிந்து கொள்ளுதல்
5. வெற்றி

மனிதர்கள் தங்கள் பாவங்களில் இருந்து மீண்டு எழும் முயற்சியில் தோல்வி அடைவதற்கு முக்கியக் காரணம் அவர்கள் தவறான முனையிலிருந்து தங்கள் முயற்சியை தொடங்குவது தான். முதல் நான்கு நிலைகளை கடக்காமலேயே வெற்றியை அடைய எண்ணுகின்றனர். மரத்தை பயிற்றுவிக்காமல், கவனித்து பராமரிக்காமல் அதில் கனிகள் விளைய வேண்டும் என்று விரும்பும் தோட்டக்காரனின் நிலையில் இருக்கிறார்கள்.

சே.அருணாசலம்

தவறான செயல் முழுமையாக (வெடித்து கிளம்பும் கோபம், உதிர்க்கும் கொடுஞ்சொற்கள் அல்லது ஈவு இரக்கமற்ற வார்த்தைகள், சுயநல தன்முனைப்பு முதலியன) வெளிப்படும் முன்பே அதை உடனே கண்டறிந்து கட்டுப்படுத்துவதே அடக்க முயற்சித்தல் ஆகும். இது தோட்டக்காரன் வேண்டாத திசையில் வரும் கிளைகளை வெட்டுவதற்கும் தேவையற்ற மொட்டுக்களையும் முளையிலேயே கிள்ளி எறிவதற்கும் ஒப்பாகும். இது தேவையான ஒன்று தான் என்றாலும் வலி மிகுந்தது. இந்த செயல் நடைப்பெறும் போது மரம் வலியால் துடிக்கும். இதை செய்யும் போது மரத்தை அதிகமாக காயப்படுத்தி விடக் கூடாது என்பதை தோட்டக்காரனும் அறிவான். தான் சந்தித்த வெறியுணர்வுக்கு பதிலடி கொடுக்க முடியாமல் அதன் வெறியுணர்வு கட்டுப்படுத்தப்படும் போது-, தன்னை நியாயப்படுத்திக் கொள்ள முடியாமல் போகும் போது, இதயத்திற்கு அது தாங்காத முடியாத வலியைத் தரும். புனிதர் பால் "தன் சொந்த உறுப்பினர்களை தண்டிப்பது" என்று விளக்குகின்ற செயலாக இது ஆகும்.

வாழ்வின் கொந்தளிப்புகளை கடந்த உயர்நிலைகள்

ஆனால் இந்த அடக்குதல் என்பது தன்னை வெல்லுதலின் ஆரம்ப நிலை மட்டுமே. அதை முடிவாக கொள்ளும் போது இதயத்தை தூய்மைப்படுத்தும் எந்த நோக்கமும் இல்லாமல் போவதால் அது வேடம் தரித்து நடிக்கும் நிலையாக மாறிவிடுகிறது; ஒருவனது உண்மை இயல்பை மறைத்துக் கொண்டு பிறர் கண்களுக்குத் தனது உண்மை நிலையைக் காட்டிலும் சிறப்பானவனாக தோற்றமளிக்க எண்ணும் குணமாகும். எனவே இந்த அடக்குதலை ஒரு முடிவாக கொண்டால் அது ஒரு தீமையாகும். ஆனால் அதை முழுமையான சுத்தப்படுத்துதலுக்கான முதல் நிலையாக கருதினால் அது ஒரு நன்மையாகும். அதை பயிற்சிக்கும் போது அது தாங்கி கொள்ளுதல் அல்லது பொறுத்து கொள்ளுதல் என்னும் அடுத்த நிலைக்கு அழைத்துச் செல்லும். இந்த நிலை என்பது பிறரது செயல்கள் அல்லது மனோபாவங்கள் ஏற்படுத்துகின்ற வலியை ஒருவன் மவுனமாக தாங்கிக் கொள்வது அல்லது பொறுத்துக் கொள்வதாகும். இந்த இரண்டாம் நிலையில் வெற்றிப் பெறும் போது, முயற்சியை மேற்கொண்டவன்-, அவன் முன்பு அனுபவித்த வலிக்கு காரணம் அவனது பலவீனமே, பிறரது செயல்களோ மனோபாவங்களோ அல்ல, அவை அவனுள் ஆழ புதைந்து இருந்து பாவங்களை மேற்பரப்பிற்கு கொண்டு வந்து அவனுக்கு

சே.அருணாசலம்

வெளிப்படுத்திய வெறும் கருவிகளே என உணர்கிறான். அவன் போக போக தனது சறுக்கல்களுக்கும் தவறான நடத்தைகளுக்கும் பிறரை எல்லா வித பழிகளிலிருந்தும் விடுவித்து தன் மீது பழியை சுமத்திக் கொள்கிறான். எனவே, மற்றவர்கள், தங்களையும் அறியாமல் அவனது பாவங்களையும் குறைபாடுகளையும் சுட்டிக்காட்டியதற்காக அவர்கள் மீது அன்பு செலுத்த கற்றுக்கொள்கிறான்.

தன்னை துன்புறுத்திக் கொள்ளல் என்னும் முதல் இரண்டு நிலைகளை, சாதகன் கடந்து, மூன்றாம் நிலையான நீக்குதலை அடையும் போது, தவறான செயலுக்கு வித்தாக இருக்கின்ற தவறான எண்ணம் மனதில் முளைக்கும் போதே கிள்ளி எறியப்படுகிறது. இந்த நிலை வரும் போது, முன்பு வலியும் வேதனையும் வீற்றிருந்த இடங்களில் எல்லாம் வலிமை உணர்வும் புனிதமான மகிழ்ச்சியும் வீற்று இருக்கும். மனம் பெருமளவு சாந்தமாகியிருக்கும். தன் மனதின் குழப்பங்களை ஆழ ஊடுருவும் பார்வையை சாதகன் பெறுகிறான். எனவே, பாவம் முளைத்து எழும் நிலை, அதன் வளர்ச்சி மற்றும் செயல்பாட்டு நிலை ஆகியவகளைப் புரிந்துக் கொள்கிறான். இது தான் புரிந்துக் கொள்ளுதல் நிலை.

புரிந்து கொள்ளுதல் கட்டம் முழுமை அடையும் போது தன்னை வெல்லும் நிலையின் இறுதிக்கட்டத்திற்கு அது இட்டுச் செல்கிறது. தன்னை வெல்லும் இந்த வெற்றி எந்த அளவிற்கு முழுமையானது என்றால் பாவம் இனி வெறும் எண்ணமாக அல்லது ஒரு பதிவாக கூட மனதில் முளைத்து எழ முடியாத அளவிற்கு அது துடைத்து எறியப்படுகிறது. பாவத்தைப் பற்றி, அதன் தொடக்க நிலையிலிருந்து அது எப்படி ஒரு எண்ண விதையாக மனதில் ஊன்றி வளர்ந்து செயலாகவும் விளைவாகவும் வெளிப்படுகிறது என்று முழுமையாக அறிந்து கொள்ளப்படும் போது, அதற்கு இனிமேலும் வாழ்வில் இடமளிக்க முடியாத வகையில் அது இனி என்றும் கைவிடப்படும். அப்போது மனம் நிம்மதியை பெறுகிறது. மற்றவர்களின் தவறான செயல்கள் இனி சாதகனின் மனதில் எந்த வித வலியையோ அல்லது தவறான மறு செயலையோ அல்லது எண்ணத்தையோ தூண்ட முடியாது. அவன் மகிழ்ச்சியாக, சாந்தமாக, மெய்யறிவுடன் இருக்கிறான். அவன் அன்பால் நிறைந்து இருக்கிறான். பேரருள் எப்போதும் அவன் உடனிருக்கிறது. இது தான் பேருவகை தரும் வெற்றி.

18. மனநிறைவோடு செயல்படுவது

நேர்மறை உணர்வை தரக்கூடிய ஓர உயர்குணத்தை அல்லது ஒரு அறநெறிக் கோட்பாட்டை ஒரு எதிர்மறை தீய குணத்துடன் தொடர்புடையதாக சித்தரிப்பது மிக ”முன்னேற்ற சிந்தனைகளை” எழுதக் கூடிய எழுத்தாளர்கள் இடையே கூட பொதுவாக நிலவுகிறது. விமர்சிப்பதிலும், குற்றம்-குறை சொல்வதிலும் மிக பயனுள்ள ஆற்றல் வீணாக செலவாகின்றது. ஆனால் அதற்குப் பதிலாக அதைச் சிறிது அமைதியாக ஆராய்ந்து பார்த்திருந்தால், அது பேரொளியை பாய்ச்சி பரந்த அறநெறி எண்ணங்களை உருவாக்க முனைந்திருக்கும்.

வாழ்வின் கொந்தளிப்புகளை கடந்த உயர்நிலைகள்

சமிப காலத்தில், ஒரு நாள் “அன்பு” குறித்த போதனைகளை கடுமையாக தாக்கி எதிர்க்கும் ஒரு கட்டுரையை நான் படிக்க நேரிட்டது. அதில் அவ்வெழுத்தாளர், “அன்பு” குறித்த போதனைகள் பலவீனமானவை, முட்டாள்தனமானவை, வேடம் தரிப்பவை என கண்டிக்கிறார். பலவீனமான பாசத்தையும் அன்பாக இருப்பதை போல நடிப்பதையும் மட்டுமே அவர் என “அன்பு” என கருதி கண்டிக்கிறார் என சொல்லத் தேவையில்லை.

இன்னொரு எழுத்தாளர் கோழைத்தனத்தை “கனிவு” என்று பெயரிட்டு, கனிவை கண்டிக்கிறார். மற்றொரு எழுத்தாளர் ”பாலுணர்வு எண்ணங்களில் திளைக்காமல் இருப்பது” என்பது மறைந்து இருந்து வலைவீசி சிக்க வைப்பது என்கிறார். அவர் மனத்தூய்மை என்னும் உயர்குணத்தை, பாலுணர்வு எண்ணங்களைப் பாடுபட்டு அடக்கி வேடமிடுவதோடு குழப்பிக் கொள்கிறார். சமிபத்தில் ஒரு நீண்ட கடிதம் வாயிலாக என்னை ஒருவர் தொடர்பு கொண்டார். “மனநிறைவு” என்பது ஒரு பெரும் கேடு, எத்தனையோ தீமைகள் பிறக்க அது வழி செய்யும் என்று அவர் அந்த கடிதத்தில் விளக்க முற்பட்டார்.

சே.அருணாசலம்

என்னை தொடர்பு கொண்டவர் "மனநிறைவு" என குறிப்பிடுவது, உண்மையில் ஆர்வமின்மை அல்லது கவனமின்மை அல்லது அக்கறையின்மையைத் தான். ஆர்வமின்மை-, எப்போதுமே முன்னேற்றத்தோடு இயைந்து செல்ல முடியாது. ஆனால் மனநிறைவு-, உயர்ந்த முறையில் செயல்படும், உண்மையான முன்னேற்றத்தை, வளர்ச்சியை ஏற்படுத்தும். சோம்பல் குணமும் ஆர்வமின்மையும் உடன் பிறந்த இரட்டை சகோதரிகள் ஆகும். ஆனால், முகமலர்ச்சியோடு உடனடியாக செயல்படும் குணம் என்பது மனநிறைவின் நண்பனாகும்.

மனநிறைவு என்னும் ஒரு நற்குணம் அதன் அடுத்து அடுத்த வளர்ச்சி நிலைகளில் ஒரு பெரும் ஆன்மீக குணமாக மாறும், காரணம் மனமும் இதயமும் பேரிரக்கமும் பெருங்கருணையும் கொண்ட ஒரு விதியின் வழிக்காட்டுதலை ஒவ்வொரு செயல்பாட்டிலும் கண்டுணர பயிற்றுவிக்கப்படுகின்றன.

மனநிறைவாக இருப்பது என்றால் முயற்சியை கைவிடுவது என்று பொருள் அல்ல. அது முயற்சியிலிருந்து பதட்டம், பரபரப்பு, பயம், கவலை, தவிப்பு ஆகியவைகளை விடுவிப்பதாகும்; மனநிறைவு என்பது பாவம், அறியாமை,

வாழ்வின் கொந்தளிப்புகளை கடந்த உயர்நிலைகள்

முட்டாள்தனம் ஆகியவற்றை சகித்துக் கொண்டு ஆற்றாமையுடன் வாழ்வது அல்ல; ஆனால் நிறைவேற்றப்பட்ட கடமையில், செய்து முடிக்கப்பட்ட பணியில் மகிழ்ச்சியாக இளைப்பாறுவது ஆகும்.

பாவத்தில் உழல்வது, கடன் பட்டு இருப்பது என ஒரு மனிதன் இழிநிலையான வாழ்வையும் மனநிறைவோடு வாழ்வதாகக் கூறப்படலாம். ஆனால், அத்தகைய மனிதனது உண்மை நிலை என்பது அவன் தன் கடமைகளையும் பொறுப்புக்களையும் நிறைவேற்றாமல், சக மனிதர்களுக்கு நியாயமாக தர வேண்டியவற்றைத் தராமல் தட்டிக்கழிக்கிறான் என்பதே ஆகும். மனநிறைவு என்னும் ஒரு நற்குணத்தை அவன் பெற்றுள்ளதாகக் கூற முடியாது. மனநிறைவான செயல்பாட்டின் துணையாக வரும் தூய்மையான நிலையான மகிழ்ச்சியை அவன் அனுபவிப்பது இல்லை. அவனது உண்மை இயல்பை பொறுத்தவரையில் அவன் ஒரு தூங்கி கொண்டிருக்கும் ஆன்மா, விரைவிலோ அல்லது காலம் தாழ்ந்தோ துன்பம் அவனை வாட்டிவதைத்து விழித்து எழச்செய்யும். அந்த துன்பத்தை கடக்கும் நேர்மையான முயற்சியாலும் உண்மையான வாழ்வாலும் அவன் மனநிறைவை கண்டு அடைவான்.

சே.அருணாசலம்

ஒரு மனிதன் மூன்று விடயங்களில் மனநிறைவோடு இருக்க வேண்டும்:

1. என்ன நிகழ்கிறதோ அதில் மனநிறைவாக இருக்க வேண்டும்.

2. தனது நண்பர்களுடனும் தனக்கு உரிமையானவற்றுடனும் மனநிறைவாக இருக்க வேண்டும்.

3. தனது தூய்மையான எண்ணங்களோடு மனநிறைவாக இருக்க வேண்டும்.

என்ன நிகழ்ந்தாலும் மனநிறைவோடு இருந்தால், துன்பத்திலிருந்து ஒருவன் விடு பெறுவான். தன் நண்பர்களுடனும் உரிமையானவற்றோடும் மனநிறைவோடு இருந்தால், மனகுழப்பத்தையும் கொடிய எண்ணங்களையும் தவிர்ப்பான். தனது தூய்மையான எண்ணங்களோடு மனநிறைவோடு இருந்தால், மீண்டும் கீழ்நிலைக்கு சென்று களங்கமான எண்ணங்களை எண்ணி துன்பப் பட மாட்டான்.

ஒரு மனிதன் மூன்று விடயங்களில் மனநிறைவோடு இருக்க கூடாது:

1. தனது கருத்துக்களுடன்.
2. தன் குண இயல்புகளுடன்
3. தன் ஆன்மீக வளர்ச்சி பாதையில்

தனது கருத்துகளுடன் அவன் மனநிறைவடையவில்லை என்றால் அவன் அறிவில் தொடர்ந்து வளர்ச்சி பெறுவான்; தன் குண இயல்புகளுடன் அவன் மனநிறைவுயடையவில்லை என்றால் அவன் நற்பண்புகளையும் குணங்களையும் வளர்த்துக் கொள்வதில் வலிமையாவான்; தன் ஆன்மீக வளர்ச்சி பாதையில் அவன் மனநிறைவுயடையவில்லை என்றால் அவன் ஒவ்வொரு நாளும் மெய்யறிவில் வளர்ச்சி பெற்று பேரருளின் முழுமையை அனுபவிப்பான். சுருக்கமாக சொன்னால், ஒரு மனிதன் மனநிறைவோடு இருக்க வேண்டும், ஆனால் ஆன்மீக வளர்ச்சி பெறவேண்டிய உயிராக தன்னை கருதி பொறுப்பேற்றுக் கொள்ள வேண்டும், அதில் கவனம் செலுத்தாமல் இருக்க கூடாது.

சே.அருணாசலம்

மன நிறைவோடு இருக்கும் ஒருவன் ஆற்றலோடும் நம்பிக்கையோடும் செயல்படுகிறான். குழப்பமற்ற மனஉணர்வுகளோடு விளைவுகளை ஏற்றுக் கொள்கிறான். முதலில் எல்லாம் நன்மைக்கே என்று நம்பிக்கையில் ஏற்கிறான். பின்பு அவன் மெய்யறிவில் வளர்ச்சி பெற பெற, முயற்சிக்கு உரிய பலனாக விளைவுகள் நிச்சயம் ஏற்படும் என அறிகிறான். எவ்வகையான பொருட்செல்வம் அவனை வந்து அடைந்தாலும்-, அவை பேராசையாலோ பதட்டமும் பயமும் கொண்டு பாடுபட்டதாலோ குறுக்கு வழியாலோ அவனை வந்து அடைவதில்லை; ஆனால் நேர்மையான எண்ணத்தால், சரியான முயற்சியால், தூய்மையான உழைப்பால் மட்டுமே அவனை வந்து அடைகின்றன.

19. சகோதரத்துவம் என்னும் ஆலயம்

உலக சகோதரத்துவம் தான் மனிதகுலத்தின் உயர்ந்த குறிக்கோள். அந்த இலக்கை நோக்கி உலகம் மெதுவாக நகர்கிறது, ஆனால் உறுதியாக நகர்கிறது.

இன்றைய காலச் சூழலில், இதற்கு முன்பு இல்லாத அளவுக்கு பெரும் எண்ணிக்கையில் ஆன உள்ளார்ந்த எண்ணம் கொண்ட ஆண்களும், பெண்களும் இந்தக் குறிக்கோளை அடைய, மெய்பிக்க மனம் தளராமல் முயற்சிக்கின்றனர். இதற்காக அமைப்புகள் ஏற்படுத்தப்படுத்தப்படுகின்றன, மேடைகளும், ஊடகங்களும் சகோதரத்துவ செய்தியை உலகெங்கும் கொண்டு சேர்க்கின்றன.

இத்தகைய முயற்சிகளில் இருக்கும் எந்த சுயநலமற்ற பங்களிப்புகளும் மனித குலத்தின் மீது அதன் தாக்கத்தை ஏற்படுத்துவதில் தோல்வியுற முடியாது. அவை நிச்சயம் மனித குலத்தை, அதன் உயர்ந்த குறிக்கோளின் இலட்சிய இலக்கை நோக்கிச் செலுத்துகின்றன. ஆனால் இந்த இலட்சிய நிலை எந்த புற அமைப்பினாலும் வெளிப்படவில்லை,. சகோதரத்துவத்தை வளர்க்க வேண்டும் என்பதற்காகவே தோற்றுவிக்கப்பட்ட அமைப்புக்கள், நிறுவனங்கள் உள் நிலவும் கருத்து வேறுபாடுகளை தொடர்ந்து துண்டு துண்டாக உடைகின்றன.

மனிதகுலம் ஏக்கத்தோடு எதிர்பார்க்கும் இந்த சகோதரத்துவத்தை உண்மையில் கட்டிப்போட்டு இருப்பது மனித குலமே தான். இன்னும் சொன்னால், அதை எட்டக் கூடிய இலக்காக மாற்ற வேண்டும் என்னும் வேட்கையில் அயராது உழைப்பவர்களாலேயே அதற்கு மேலும் தடை ஏற்படுகிறது. சகோதரத்துவத்தின் ஆன்மீக உயர்பண்புகள் உணரப்படவில்லை. காரணம், அவ்வுயர் பண்புகளின் அடிப்படையான அறநெறிகளும் சரி, ஒற்றுமையை உருவாக்குவதற்கு தேவையான தனி மனித ஒழுக்கம் சரி, இன்னும் புரிந்து கொள்ளப்படாமலேயே இருக்கின்றன.

வாழ்வின் கொந்தளிப்புகளை கடந்த உயர்நிலைகள்

சகோதரத்துவத்தை தங்களுக்குள் கடைப்பிடிக்க உறுதி ஏற்று ஒரு அமைப்பின் நோக்கத்தை ஈடேற்ற அதில் இணைந்து ஒரு குழுவாக அடையாளப்படுத்திக் செயல்படும் மனித மனங்களில் எந்த அளவேனும் தன்னை முன்னிறுத்திக் கொள்ள துடிக்கும் துடிப்பு ஆட்சி செலுத்தினால், இத்தகைய மனித அமைப்புகளில் சகோதரத்துவம் வெற்றிப் பெற முடியாது. காரணம், அன்பால் ஒன்றிணைக்கப்பட்டதை இந்த தன்முனைப்புகள் செல்லரிக்கச் செய்து விடும். ஓர் ஒழுங்குமுறை கட்டமைப்பாக ஏற்படுத்தப்பட்டுள்ள சகோதரத்துவம் பெரும்பாலும் தோல்வியைத் தான் சந்தித்திருக்கிறது என்றாலும், சகோதரத்துவத்துவம் என்னும் பண்பு நிறையை-, அதன் முழுமையான பேரழகை எந்த மனிதனும் உணர முடியும். அவன் தன் மனதில் இருந்து வெறுப்பு, வன்மம், முதலிய தீங்கான எந்த உணர்விருந்தாலும் அகற்றித் தன்னை மெய்யறிவு பொருந்தியவனாக, மன மாசற்றவனாக, அன்பு உணர்வு மிக்கவனாக மாற்றியவாறு அவ்வுயர் குணங்களை கடைபிடிக்க முயற்சிக்கும் போது சகோதரத்துவத்தை உணர முடியும். காரணம், அவ்வுயர் குணங்களை கடைப்பிடிக்கப்படாத சகோதரத்துவம் என்பது வெறும் ஏட்டளவிலான ஒரு கோட்பாடு, ஒரு கருத்து அல்லது மாயையான ஒரு கனவு.

சகோதரத்துவத்தின் முதற்காரணம் பரந்த ஆன்மீக உணர்வு. அந்த காரணத்தின் இயல்பான தொடர் விளைவாகவே உலகில் அதன் புறவெளிப்பாடு தோன்ற வேண்டும்.

சகோதரத்துவம் ஒரு ஆன்மீக வெளிப்பாடு, ஆதலால், ஒவ்வொருவனும் அதை தன்னுள் தானே கண்டுணர வேண்டும். ஆன்மீக வெளிப்பாடுகள் தோன்றக்கூடிய ஒரே இடம் என்பது ஒருவனின் உள்ளம் மட்டுமே, அதை ஒருவன் பார்க்க விரும்புகிறானா இல்லை மறுக்கிறானா என்பது ஒவ்வொருவனின் தனிப்பட்ட விருப்பம்.

மனித மனதில் சகோதரத்துவத்தை அழிக்கும் நான்கு முக்கிய மனப்பாங்குகள் இருக்கின்றன. அவை சகோதரத்துவத்தைப் பற்றிய புரிதலுக்கும் பெரும் தடையாக இருக்கும்.

ஆணவம்

சுய அபிமானம்

காழ்ப்புணர்வு

கண்டனம்

இவை இருக்கும் இடத்தில் சகோதரத்துவம் இருக்க முடியாது. இவை கொடிகட்டி பறக்கும் இதயங்களில் எல்லாம் ஒத்திசைவின்மை ஆள்வதால் சகோதரத்துவத்தை உணர முடியாது. தம் இயல்பாலேயே இம்மனப்பாங்குகள் சுயநலமானவை, இருளானவை. இவற்றால் பிளவையும் அழிவையுமே உண்டாக்க முடியும். அடைகாக்கப்பட்ட இந்நாண்கு மனப்பாங்கிலிருந்து புறப்படும் பொய்யான செயல்பாடுகள் மற்றும் சூழ்நிலைகள் என்னும் நச்சுபாம்பு மனிதனின் இதயத்தை நஞ்சாக்கி உலகத்தை துன்பத்தாலும் துயரத்தாலும் நிறைக்கின்றன.

ஆணவத்திலிருந்து பொறாமை, கோபம், தன் கருத்தே சரி என்னும் பிடிவாத உணர்வுகள் புறப்படுகின்றன. மற்றவர்களது உயர்நிலை, செல்வாக்கு, அல்லது நற்குணம் ஆகியவற்றைப் பார்த்து ஆணவம் பொறாமைப்படும். ஆணவம் நினைப்பது ”நான் இவனை(இவளை) விட அதிகம் தகுதியானவன்(ள்). அப்புறம், “நான் மட்டம் தட்டப்பட்டேன்”, “நான் அவமானப்படுத்தப்பட்டேன்” என மற்றவர்களது செயல்பாடுகளைக் கண்டிப்பதற்கான சந்தர்ப்பங்களை எதிர்நோக்கியவாறு காத்திருக்கும். ஆணவம் எப்போதும் அதன் பெருமையை மட்டுமே நினைக்குமே தவிர மற்றவர்களிடம் எந்த பெருமையையும் காணாது.

சுய அபிமானத்திலிருந்து -,தான் என்ற அகம்பாவம், பதவி மற்றும் அதிகாரத்துக்கான மோகம், பிறரை அவமதிப்பது, இகழ்வது போன்றவைகள் பிறக்கின்றன. சுய அபிமானம் தனது ஆளுமையைப் புகழ்ந்து போற்றாமல் ஒரு இடத்தை விட்டும் நகர்வது இல்லை. "நான்", "எனது" என உண்மையில் இல்லாத ஒன்றை, ஆனால், ஓர் இருண்ட கனவு போன்ற மாயையான ஒன்றைப் பற்றிய துதிபாடுதலில், புகழ்ச்சியில் ஈடுபட்டு அதில் முழ்கி இருக்கிறது. "நான் தான் உயர்ந்தவன்", மற்றவர்களை விட நான் தான் அதி முக்கியமானவன்" என நினைத்தவாறு மற்றவர்களை விட தனக்கு அதிக சிறப்பு வேண்டும் என ஆசை கொள்கிறது. மற்றவர்களை அவமதித்து அவர்களை அலட்சியப்படுத்துகிறது. அவர்களிடம் எந்த சிறப்பையும் காண மனமின்றி, தனது சிறப்புக்களை மிகைப்படுத்தும் எண்ணங்களை சிந்தித்தவாறு இருக்கிறது.

உள்ளத்தில் இருக்கும் காழ்ப்புணர்விலிருந்து புறம் பேசுதல், கொடிய எண்ணம், வசை பாடுவது, கோபம் ஆகியன புறப்படுகின்றன. காழ்ப்புணர்வு என்பது தீமையை வெல்வதற்கு இன்னும் அதிக தீமையை உருவாக்குகிறது. அந்த உணர்வில்

ஊடுருவியிருக்கும் எண்ணம் என்பது, "அந்த மனிதன் என்னை பற்றி தவறாக பேசியிருக்கிறான், நான் அவனைப் பற்றி இன்னும் அதிகம் தவறாகப் பேசி அவனுக்கு சரியான ஒரு பாடத்தைக் கற்றுக் கொடுக்கப் போகிறேன்". காழ்ப்புணர்வின் தவறான பார்வைக்கு அன்பும் கொடுமையானதாக தெரியும். காழ்ப்புணர்வு, மேலோங்கியிருக்கும் இருக்கும் சூழல் என்பது நல்லறிவுரை வழங்கும் நண்பன் மீதும் கூட வசைமாரி பொழிய செய்து விடும். கசப்பான மற்றும் எதிர்ப்பான எண்ணங்களால் கோப கனலை அது கொழுந்து விட்டு எரியச் செய்கிறது.

கண்டனம் செய்யும் உணர்வு மேலோங்கியிருந்தால் பழிசுமத்துதல், பொய்மை கலந்த இரக்க உணர்வு, தவறாக சித்தரித்து தீர்ப்பளிக்கும் அதிகார மாயை ஆகியன வெளிப்படும். அது தனக்கு வேண்டிய ஆற்றலை தீமையை பற்றி தொடர்ந்து அசைப் போடுவதால் பெறுகிறது. நன்மையை காணும் ஆற்றலை அது இழந்து இருக்கிறது. அதன் கண்கள் தீமையை மட்டுமே காணும், ஏறக்குறைய நடக்கும் ஒவ்வொரு நிகழ்விலும், பார்க்கும் ஒவ்வொரு மனிதனிடமும் தீமையை காண்பதற்கே அது எத்தனிக்கும். மற்றவர்களைக் குறித்து தீர்ப்பு வழங்க சரி, தவறு என்னும் வரையறையை வகுத்து கொண்டுள்ளது. "இந்த மனிதன் எனக்கு

வேண்டியதை செய்யவில்லை. எனவே, இவன் தீங்கானவன், இவனை நான் மட்டம் தட்டுவேன்" என கண்டனம் செய்யும் உணர்வு எண்ணுகிறது. கண்டனம் செய்யும் உணர்வு எவனது உள்ளத்தில் ஆழமாக உட்புகுந்து இருக்கிறதோ அவனால் தனது எண்ணங்கள், செயல்கள், நோக்கங்களையே முழுமையாக உணர்ந்து, ஆராய்ந்து ஒரு தீர்ப்பை அளித்து கொள்ள முடியாத நிலையில் இருக்கிறான். ஆனால் அவனோ இந்த பூமிக்கு நீதிபதியாக தன்னை நியமித்துக் கொள்கிறான்.

இந்த நான்கு வகை மனபாங்குகளில் இருந்து எந்த வித சகோதரத்துவ உணர்வும் முளைத்து எழாது. இவை மனதை கெடுக்கும் மிக கொடிய நஞ்சுகளாகும். இவற்றை மனதில் படர அனுமதிப்பவன், சகோதரத்துவ உணர்வு விற்றிருக்கும் நல்லிணக்க அறநெறி கோட்பாடுகளை புரிந்து கொள்ள முடியாது.

வாழ்வின் கொந்தளிப்புகளை கடந்த உயர்நிலைகள்

சகோதரத்துவத்தை ஏற்படுத்தும் நான்கு தெய்வீக குணங்கள் இருக்கின்றன; அவை தான் சகோதரத்துவத்தை தாங்கி நிற்கும் அடித்தள கற்கள். அவை:

பணிவு

ஆணவ, அகம்பாவ எண்ணங்கள் சரணடைவது

அன்பு

இரக்கம்

இந்நான்கு குணங்கள் எங்கெல்லாம் இருக்கிறதோ, அங்கெல்லாம் சகோதரத்துவம் உயிரோட்டத்தோடு இருக்கும். எந்த இதயத்தில் இக்குணங்கள் மேலோங்கியிருந்தாலும், அங்கெல்லாம் சகோதரத்துவம் நிச்சயம் நிலைப்பெறும். காரணம், இந்நான்கு குணங்கள் தம் இயற்கை இயல்பாலேயே தன்னல கலப்பற்றவைகள். உணர்த்துவிக்கும் உண்மையின் பேரொளி நிரம்பியவைகள். அவைகளில் எந்த இருளும் கிடையாது. இக்குணங்கள் இருக்குமிடம், அவற்றின் ஒளி பாய்ந்து செல்வதால் எல்லா இருளான உந்துதல்களும் அங்கே இருக்க முடியாமல் சிதறடிக்கப்பட்டு கரைந்து விடுகின்றன. இந்நான்கு குணங்களில் இருந்து பிறப்பெடுக்கும் செயல்பாடுகளும் சூழ்நிலைகளும் தெய்வீகமாக இருக்கின்றன. அவை ஒற்றுமைக்கு வழி சமைத்து

சே.அருணாசலம்

தனிமனிதனின் இதயத்திற்கும் உலகத்திற்கும் மகிழ்ச்சியைக் கொண்டு வருகின்றன.

பணிவிலிருந்து சாந்தமும் நிம்மதியும் பிறக்கும். ஆணவ, அகம்பாவம் சரணடைவதிலிருந்து பொறுமை, மெய்யறிவு, தெளிந்த உண்மைநிலை பிறக்கும். அன்பிலிருந்து பரிவு, பேருவகை மற்றும் ஒத்திசைவு எண்ணங்கள் பிறக்கும். இரக்கத்திலிருந்து கனிவும் மன்னிப்பும் பிறக்கும்.

இந்நான்கு குணங்களையும் தன்னுள் ஒத்திசைந்து செயல்படுபவன் தெய்வீக மெய்யுணர்வை பெற்று இருப்பான். மனிதர்களின் செயல்பாடுகள் எங்கிருந்து புறப்படுகின்றன, எதை நோக்கி நகர்கின்றன என்று அவனால் காண முடியும். தீய உந்துதல்களால் உந்துவிக்கப்பட முடியாதவனாக இருக்கிறான். தீங்கு விளைவிக்கும் எண்ணம், பொறாமை, கசப்புணர்வு, அவ மதிக்கும் எண்ணங்கள், கண்டன எண்ணங்கள் போன்றவற்றில் இருந்து முழுமையாக விடுப் பெற்று சகோதரத்துவத்தை முழுமையாக உணர்ந்துள்ளான். இருளான உந்துதல்களால் ஆட்டுவிக்கப்படுபவர்களாக இருந்தாலும் சரி அல்லது மெய்யறிவின் குணங்களால்

வழிநடத்தப்படுபவர்களாக இருந்தாலும் சரி, எல்லா மனிதர்களும் அவனுக்கு சகோதரர்களே. காரணம், உண்மை உணரப்படும் போது அதன் அழகிய பேரொளியின் முன்பு இருளான உந்துதல்கள் யாவும் அவர்கள் மனதில் இருந்து அகன்று விடும் என்று அவன் அறிவான். எல்லோரிடத்தும் அவன் காட்டும் மன்பான்மை ஒன்று தான், அது நல் எண்ணமே.

நான்கு இருளான உந்துதல்களால் தீய எண்ணம் மற்றும் நல்லிணக்க குறைவும் பிறக்கிறது. நான்கு தெய்வீக உயர்குணங்களால் நல்லெண்ணமும் நிம்மதியும் பிறக்கிறது.

நான்கு உந்துதல்கள், முனைப்புகளின் பிடியில் சிக்கி வாழ்பவன் சண்டை, சச்சரவுகளுக்கு வித்திடுகிறான். நான்கு உயர்குணங்களின் வழிக்காட்டலில் வாழ்பவன் நிம்மதியை தழைத்தோங்க செய்கிறான்.

மனிதர்கள், இருள் மிகுந்த சுயநல உந்துதல்களில் ஈடுபட்டவாறு இருப்பதால் -, நிம்மதிக்காகவே சண்டை, உயிரைக்காக்கவே கொலை, காயத்தை

சே.அருணாசலம்

நீக்கவே தாக்குதல், வெறுப்பை மூட்டி அன்பு, சச்சரவு- பூசல்களால் ஒற்றுமை, கொடூர குணத்தால் கனிவு ஏற்படுத்த முடியும் என நம்புகின்றனர். தங்களது சொந்த கருத்துக்களை முன்னிறுத்தி (அத்தகைய கருத்துக்களை அவர்களே காலப்போக்கில் பயனற்றது என புறம் தள்ளி விடுவார்கள்) சகோதரத்துவத்தை நிலைநாட்ட முடியும் என நம்புகின்றனர்.

பலரது எதிர்பார்ப்பும் விருப்பமும் ஆன சகோதரத்துவ கோயிலை உலகில் நிலைநாட்ட வேண்டும் என்றால் பணிவு, ஆணவ-அகம்பாவ எண்ணங்கள் சரணடைவது, அன்பு, இரக்கம் என்னும் நான்கு அடித்தள கற்கள் மனிதர்களின் இதயத்தில் உறுதியாக பதிந்து இருக்க வேண்டும். தனியொரு மனிதன், தான் என்ற சுயத்தை கைவிடும் காரணத்தின் விளைவாக மனிதர்கள் இடையே மலரும் ஒற்றுமையே சகோதரத்துவம் ஆகும்.

சகோதரத்துவம் பரவ வேண்டும் என நிறைய தத்துவங்கள், திட்டங்கள் வரையறுக்கப்படுகின்றன, ஆனால் சகோதரத்துவத்துவம் என்பது மாற்றத்துக்கு உள்ளாகாத ஒரு அடிப்படையில்

நிலைப் பெற்று இருக்கிறது. அது, தான் என்ற ஆணவ அகம்பாவம், சண்டை சச்சரவு ஆகியவைகளை கைவிட்டு நல்லெண்ணம், நிம்மதியை கடைப்பிடிப்பது ஆகும். காரணம், சகோதரத்துவம் என்பது படிப்பதற்கு உரிய தத்துவ கோட்பாடு அல்ல, கடைப்பிடித்து ஒழுக வேண்டிய பயிற்சி முறை. தான் என்ற ஆணவ எண்ணம் சரண் அடைவதும் நல்லெண்ணமுமே அதன் காவல் தேவதைகள், நிம்மதியே அதன் உறைவிடம்.

இரண்டு பேர்கள் எதிரெதிர் கருத்துக்களோடு இருக்க முடிவு செய்து விட்டால், அங்கே தான் என்று சுயமும் தீய எண்ணமும் நிலைக் கொண்டிருக்கின்றன, சகோதரத்துவம் அங்கே இருக்காது. ஒருவர் மீது ஒருவர் இரக்க உணர்வுடன் நடந்து கொண்டால், இன்னொருவர் மீது எந்த தீங்கையும் காணாமல் இருந்தால், இன்னொருவருக்கு உதவியாக மட்டுமே இருந்து அவருக்கு தீங்கு விளைவிக்காமல் இருந்தால், அங்கே மெய்யுணர்வு போற்றப்படுகிறது, நல்லெண்ணம் வீற்று இருக்கிறது, சகோதரத்துவம் நிலவுகிறது.

சே.அருணாசலம்

எல்லா சண்டை சச்சரவுகள், பிரிவினைகள், மற்றும் போர்கள் எல்லாம் தற்பெருமை மிக்க சுயத்தை விடாமல் இறுக பற்றிக் கொண்டிருப்பதில் தான் நிலைக் கொண்டு இருக்கின்றன. நிம்மதி, ஒற்றுமை, மற்றும் நல்லிணக்கம் ஆகியவைகள் எல்லாம் சுயத்தை கைவிடுவதால் வெளிப்படுகின்றன. எவனது இதயம் முழு உலகத்தோடும் நிம்மதியாக இயைந்து இருக்கிறதோ அவனால் மட்டுமே சகோதரத்துவம் உணரப்பட்டு கடைபிடிக்கப்படுகிறது.

20. நிம்மதி இனிது மேவுமிடங்கள்

எவன் தன்னை மேம்படுத்திக் கொள்ள விழைகிறானோ, மனித இனம் மேன்மையுற ஆவல் கொண்டிருக்கிறோனோ, அவன், மனதார இரக்கத்தோடு மற்றவர்களது சூழ்நிலைகளில் தன்னை பொருத்தி பார்த்துக் கொள்ளும் பேரருள் மனப்பான்மையை இடைவிடாமல் பெற்று இருக்க வேண்டும். அப்படி செய்யும் போது, அவர்களை;- அவன் பொய்யாகவும் கடுமையாகவும் விமர்சிப்பதற்கு பதில், அப்படி விமர்சித்து அவனது மகிழ்ச்சியையும் இழந்து பிறருக்கும் மகிழ்ச்சியை வழங்க முடியமல் இருப்பதற்கு பதிலாக அவன் அவர்களது அனுபவ வாசலுக்குள் நுழைகிறான், அவர்களது குறிப்பிட்ட மனநிலையை புரிந்து கொள்கிறான், அவர்கள் நிலையை உணர்வதால் அவனது இரக்கம் அவர்களைத் தழுவுகின்றது.

சே.அருணாசலம்

இத்தகைய மனநிலையைப் பெறுவதற்கு பெறும் தடையாக இருப்பவற்றுள் ஒன்று தவறான முன் அபிப்பிராயங்களுடன் செயல்படுவது. மற்றவர்கள் நம்முடன் எப்படி நடந்துக் கொள்ள வேண்டும் என்று நாம் விரும்புகிறோமா அது போல நாம் பிறருடன் நடந்து கொள்வது என்பது இந்தத் தவறான முன் அபிப்பிராயாங்கள்(முற்பதிவு எண்ணங்கள்) நீக்கப்படும் வரை, முடியாத ஒன்றாகி விடும்.

தவறான முற்பதிவு எண்ணங்களின் அடிப்படையில் செயல்படுவது-, கனிவை, இரக்கத்தை, அன்பை, உண்மையாக கணிக்கும் திறனை கெடுக்கும். ஒருவன் எந்த அளவுக்கு தவறான முன் அபிப்பிராயங்களை கொண்டிருக்கிறானோ அவன் அந்த அளவுக்கு கடிதாகவும் கனிவில்லாதவனாகவும் மற்றவர்களுடன் நடந்து கொள்வான், காரணம் நடுநிலையின்மையும் வாட்டி வதைக்கும் குணமும் பிரிக்கமுடியாதவை.

தப்பான அபிப்ராயங்களால் வழிநடத்தப்படுபவன் ஆய்ந்து அறிவை பெற்று கொள்ள வழிவகையில்லை. அவ்வபிப்பிராயங்கள் அவனுள் உதிக்கும் அந்த கணமே அவன் பகுத்து ஆராயும் அறிவை இழந்து விடுகிறான். அவன் வெறி பிடித்தவனாக, கோபம் கொண்டவனாக பிறரை

வாழ்வின் கொந்தளிப்புகளை கடந்த உயர்நிலைகள்

காயப்படுத்தத் துடிக்கிறான். அவன் வார்த்தைகளை கவனத்தில் கொள்ளாமல் உதிர்க்கிறான். அவனது நடுநிலை சாய்வு மனப்பான்மை எத்தனை பேர்களின் உரிமைகளையும் உணர்வுகளையும் பாதிக்கும் என்பதை அவன் எண்ணிப்பார்ப்பது இல்லை. அவன், அந்த நேரம் தன் மனித தகுதியை இழந்து பகுத்தறிவற்ற ஒரு உயிரினத்தின் நிலைக்குச் சரிகிறான்.

ஏற்கெனவே கொண்டுள்ள முற்பதிவு கருத்துக்களை இறுக பற்றிக் கொண்டு இருப்பவன், அவற்றை உண்மை என்று தவறாக எண்ணுபவன், மற்றவர்களது நிலைப்பாட்டை உணர்வு வசப்படாமல் நினைத்துப் பார்க்க மறுப்பவன், ஒரு போதும் வெறுப்பு மற்றும் காழ்ப்புணர்விலிருந்து மேல் எழவோ அல்லது பேரருளை அடையவோ முடியாது.

கனிவானவனாக முயற்சிப்பவன், தன்னலமற்றவனாக மற்றவர்களிடம் நடந்து கொள்ள விரும்புபவன் தனது வெறியுணர்வுகளுடன் கூடிய தப்பு அபிப்பிராயங்களை, சொந்தம் கொண்டாடும் தனது அற்ப கருத்துக்களை அறவே கைவிடுவான். மற்றவர்களது எண்ணங்களையும் உணர்வுகளையும் புரிந்து கொள்ளும் ஆற்றலை படிபடியாக பெறுவான். அவர்களது சில வகை நிலைபாடுகளில் அவர்களுக்கு இருக்கும் அறிவு

அல்லது அறியாமையை புரிந்து கொள்வான், அவர்களை உள்ள படியே பார்த்து இரக்கம் கொள்வான்.

அத்தகைய ஒருவன், மற்றவர்களது ஒருதலைபட்சமான (நடுநிலை சாய்வு) மனப்பான்மையை எதிர்க்க, தனது நடுநிலை சாய்வு மனப்பான்மையை முன் வைக்க மாட்டான். ஆனால் அதை தணிக்க அன்பையும் இரக்கத்தையும் உட்புகுத்துவான். மனிதர்களிடம் இருக்கும் எல்லா நல்லவற்றையும் வெளிக் கொணார முயற்சிக்கும் வகையில் அதை ஊக்குவிப்பான்., தீமையை விரட்ட அதை புறக்கணிப்பான். மற்றவர்களது செயல்பாட்டு முறைகள் தனது செயல்பாட்டு முறைகளில் இருந்து மாறுப்பட்டு இருந்தாலும், அவர்களது சுயநலமற்ற முயற்சிகளில் இருக்கும் நன்மையை உணர்ந்து, அவர்கள் மீது அவனது இதயத்தில் எந்த வெறுப்பும் வளர இடம் தராமல் அன்பும் அருளும் அங்கே நிலை கொள்ளச் செய்வான்.

பிறர் மீது கடுமையான தீர்ப்பு வழங்க, அவர்களை கண்டனம் செய்ய ஒருவன் எத்தனிக்கும் போது அவன் தன்னை எவ்வாறு தாழ்த்திக் கொள்கிறான் என்று விசாரம் கொள்ளட்டும். அவன் மீது தவறாக தீர்ப்பு வழங்கப்பட்ட போது, அவன் தவறாக புரிந்து கொள்ளப்பட்ட போது. அவன் துன்பப்பட்ட அந்த காலத்தை எண்ணிப் பார்க்கட்டும். அவனது

வாழ்வின் கொந்தளிப்புகளை கடந்த உயர்நிலைகள்

கசப்பான அனுபவத்திலிருந்து அவன் பெற்ற மெய்யறிவு அன்பையும் சீரிய முயற்சிகளையும் தன்னல தியாகத்தையும் மேற்கொள்ள அவனுக்கு வழிக்காட்ட வேண்டும். அந்த நிலையில் அவன், இன்னும் பக்குவமும் முதிர்ச்சியும் புரிந்து கொள்ளும் திறனும் அற்ற அறியாமை மிகுந்த இதயங்களை துளைத்து புண்படுத்தாமல் தன்னை தடுத்துக் கொள்வான்.

தன்னை விட மனத்தூய்மையும் மெய்யறிவும் மிக்கவர்களிடம் ஒருவன் இரக்கத்தை செலுத்த வேண்டியது இல்லை. தூய்மையானவர்கள் அதற்கான எந்த தேவையுமின்றி உயர்நிலையில் வசிக்கிறார்கள். அது போன்று சூழல்களில் தானும் அவர்களைப் போன்றே தூய்மை நிலையை எட்ட வேண்டும், ஒரு பேரருள் வாழ்வை வாழ வேண்டும் என்னும் ஆவலோடு அவர்களிடம் ஒருவன் தன் போற்றுதலையும் மதிப்பையும் வழங்க வேண்டும். தன்னை விட மெய்யறிவு மிக்கவனை ஒருவனால் புரிந்து கொள்ள நினைத்தாலும் முடியாது. எனவே, கசப்புணர்வு கொண்டு ஒருவனை கண்டிப்பதற்கு முன் அவன் தன்னைத் தானே உளப்பூர்வமாக கேட்டுக் கொள்ளட்டும், தான் அவனை விட மெய்யறிவில் உயர்ந்தவனா என்று? அதன் பின், அவன் இரக்கத்தை வழங்கட்டும் அல்லது மதிப்பையும் போற்றுதலையும் வழங்கட்டும்.

சே.அருணாசலம்

ஆயிரக்கணக்கான ஆண்டுகளாக, மெய்யறிவு அடைந்த ஞானிகள் தம் வாழ்வின் எடுத்துக்காட்டாலும் கட்டளைகளாலும் கற்றுத் தருவது, தீமையில் இருந்து மீள நன்மையால் மட்டுமே முடியும் என்பதாகும். இருந்தாலும் பெரும்பான்மையானவர்களுக்கு அது இன்னும் கற்று கொள்ளப்படாத பாடமாகவே இருக்கிறது. அதை மேலோட்டமாக பார்க்கும் போது எளிமையாகத் தோன்றினாலும் கற்றுக் கொள்வதற்கு கடினமாக பாடமாகத் இருப்பதற்கு காரணம் 'தான்' என்ற மாயத் திரை அவர்கள் பார்வையை மறைப்பது தான். மனிதர்கள் தங்கள் உடன் வாழும் சக மனிதர்களிடம் தீமையை கண்டு வெறுக்கிறார்கள், கண்டனம் செய்கிறார்கள், போரிடுகிறார்கள். இவ்வாறு செய்து அந்த மாயையை தங்கள் இதயத்தில் வளர்த்துக் கொண்டு உலகின் துன்பத்தையும் துயரத்தையும் அதிகப்படுத்துகிறார்கள். அவர்களது உள்ளத்தில் இருக்கும் வெறுப்பும் காழ்ப்புணர்வும் தான் அழித்தொழிக்கப்பட வேண்டும் என்பதை உணர்ந்தால், அது அழித்தொழிக்கப்பட்டு அந்த இடத்தில் அன்பு வீற்றிருந்தால் தீமையானது தான் உட்கொண்டு வாழ்வதற்கு போதிய ஊட்டச்சத்தின்றி இறந்து விடும்.

வாழ்வின் கொந்தளிப்புகளை கடந்த உயர்நிலைகள்

கொதிக்கும் மனதோடும்

வெறுக்கும் உள்ளத்தோடும்

எனக்கு தீங்கிழைத்தவனை

விடியலிலும் அந்தியிலும்

பகலிலும் இரவிலும் தேடினேன்

என் எண்ணமும் கனவும் அவனை, "கொல், கொல்" என்றது.

என் மேன்மை குணம் மேல் எழுந்தது.

என் உள் இருந்த கீழ்மை குணம் அன்பில் தொலைந்து போனது.

ஒளிவீசும் நட்சத்திரத்தின் ஒளியை போல

தொலை தூரத்திலிருந்து நிம்மதி என் மீது வீசியது.

எனக்கு தீங்கு இழைத்தவனை அன்பின் செயலால் வெட்டினேன்.

அவனுள் இரக்கம் கசிந்து வெளிப்பட்டது.

பல ஆண்டுகளுக்கும் அவனது ஆன்மாவை

கனிவாலும் ஆனந்தக் கண்ணீராலும் நிரப்பினேன்.

வெறுப்பு, கோபம், கண்டனம் இவை எல்லாம் காழ்ப்புணர்வின் பல்வேறு வடிவங்கள். இவை எல்லாம் இதயத்திலிருந்து நீக்கப்படும் வரை தீமையும் ஓயாது.

ஆனால், மெய்யறிவின் பல தொடக்க நிலைகளுள், காயங்களை மனதிலிருந்து துடைத்தழிப்பது என்பதும் ஒரு வகையான தொடக்கநிலை மட்டுமே. இன்னும் மேன்மையான ஒரு உயர்நிலை இருக்கின்றது. அது இதயத்தை தூய்மையாக்கி கொள்வதும் மனதில் மெய்ஞானம் புகுவதுமாகும். அப்போது காயங்களை மறப்பதற்கு பதில் காயப்பட்டோம் என்ற நினைவே இருக்காது. காரணம், ஆணவமும் அகம்பாவமும் மட்டுமே மற்றவர்களின் மனோபாவத்தாலும் செயல்பாடுகளாலும் காயப்படும். எவன் ஆணவத்தையும் அகம்பாவத்தையும் தன் உள்ளத்திலிருந்து நீக்கியுள்ளானோ அவனால், " நான் இன்னொருவனால் காயப்படுத்தபட்டேன்", "எனக்கு இன்னொருவனால் தீங்கிழைக்கப்பட்டது" போன்ற எண்ணங்களை எண்ண முடியாது.

வாழ்வின் கொந்தளிப்புகளை கடந்த உயர்நிலைகள்

ஒரு தூய்மையான இதயத்திலிருந்து ஒரு தெளிவான புரிதல் நிலை புறப்படும்; ஒரு தெளிவான புரிதல் நிலையிலிருந்து, கசப்புணர்வும் துன்பமும் அற்ற, சாந்தமும் மெய்யறிவும் நிறைந்த, ஒரு நிம்மதியான வாழ்வு புறப்படும். "இந்த மனிதன் என்னை காயப்படுத்தி விட்டான்" என்று நினைக்கின்றவன் வாழ்வின் உண்மையை விளங்கி கொள்ளவில்லை. தீமை என்பது வெறுத்து ஒதுக்கப்படவேண்டிய ஏதோ ஒன்று என்ற எண்ணத்தை சிதறடிக்கும் மெய்ஞான நிலையை அவன் இன்னும் எட்டவில்லை. மற்றவர்கள் செய்யும் பாவத்தால் மன குழப்பமும் கலக்கமும் அடைபவன் உண்மைக்கு வெகு தொலைவில் இருக்கிறான். தான் செய்யும் பாவத்தால் மன குழப்பமும் கலக்கமும் அடைபவன், மெய்யறிவின் வாயிற்கதவுகளுக்கு வெகு அருகே இருக்கிறான். எவனது இதயத்தில் வெறுப்பை உமிழும் கோபக்கனல் பற்றி எரிகின்றதோ, அவனால் நிம்மதியை அறிந்து கொள்ளவோ உண்மையைப் புரிந்து கொள்ளவோ முடியாது. எவனது இதயத்தில் வெறுப்புணர்விற்கு இடமில்லையோ, அவனால் அறிந்து கொள்ளவும் புரிந்து கொள்ளவும் முடியும்.

எவன் தன் உள்ளத்திலிருந்து தீமையை வெளியேற்றி இருக்கின்றானோ அவன் மற்றவரிடத்தில் உள்ள தீமையை வெறுக்கவோ அல்லது எதிர்க்கவோ மாட்டான். காரணம், அதன் ஆரம்பத்தையும் இயல்பையும் குறித்த ஒரு ஞானத்தை அவன் பெற்று இருக்கிறான். அறியாமையினாலான தவறுகளால் வெளிப்பட்ட ஒன்றாக தீமையை அறிகிறான். மெய்ஞானம் வளரும் போது பாவத்தைப் புரிவது முடியாத காரியமாகிவிடும். எவன் பாவத்தைச் செய்கிறானோ அவனுக்கு புரிதல் இல்லை. எவனுக்கு புரிதல் இருக்கின்றதோ அவன் பாவத்தைச் செய்ய மாட்டான்.

உளத்தூய்மையான மனிதன், தனக்கு தீங்கிழைக்க முடியும் என அறியாமையில் கற்பனை செய்கின்றவர்களயும் கனிவான இதயத்தோடு நடத்துகிறான். மற்றவர்கள் அவன் மீது கொண்டுள்ள தவறான மனப்பான்மை அவனுக்கு எந்த வித குழப்பத்தையும் ஏற்படுத்தாது. அவனது இதயம் அன்போடும் இரக்கத்தோடும் அமைதியாக இருக்கிறது.

வாழ்வின் கொந்தளிப்புகளை கடந்த உயர்நிலைகள்

எவன் ஒருவனுக்கு தனக்கிழைக்கப்பட்டதாக எந்தத் தீங்கும் நினைவில் இல்லையோ, மறப்பதற்கு எந்தக் காயமும் இல்லையோ அவன் பேரருள் பெற்றவன். அவனது தூய்மையான இதயத்தில் இன்னொருவனை பற்றிய எந்த காழ்ப்புணர்வான எண்ணமும் வேர் விட்டு வளர முடியாது. நேர் வாழ்வை அடைய முற்படுபவர்கள், உண்மையின் மீது விருப்பம் கொண்டுள்ளதாக நம்புபவர்கள், மற்றவர்களை வெறியுணர்வோடு எதிர்ப்பதை கைவிடட்டும். அமைதியோடும் மெய்யறிவோடும் மற்றவர்களைப் புரிந்து கொள்ள முயற்சிக்கட்டும். இவ்வாறு அவர்கள் பிறரோடு நடந்து கொள்ளும் முறையால் தங்களைக் கட்டுப்படுத்தி ஆளும் நிலையைப் பெறுவார்கள். மற்றவர்களுக்கு, அவர்கள் பரிவையும் இரக்கத்தையும் வழங்கும் போது, கனிவு என்னும் சுவர்கத்தின் பனித் துளிகள் அவர்கள் ஆன்மா மீது சிந்தி ஊட்டம் தரும். நிம்மதி இனிது மேவுமிடங்களில்-, அவர்களின் இதயம், வலிமையும் புத்துணர்வும் பெறும்.

சே.அருணாசலம்

அச்சு புத்தக விலைப்பட்டியல்

வ. எண்	ஜேம்ஸ் ஆலன் முதன்நூல்	தமிழ் மொழிபெயர்ப்பு நூல்	விலை ரூ
1	Man: King of Mind, Body and Circumstance	மனிதன்: மனம், உடல், சூழ்நிலையின் தலைவன்	125/-
2	Foundation Stones to Happiness and Success	மகிழ்ச்சிக்கும் வெற்றிக்குமான அடிதளம்	125/-
3	Out from the Heart	உள்ளத்திலிருந்தே வாழ்வு	125/-
4	Byways of Blessedness	அருள் பொழியும் நிழல் பாதைகள்	400/-

வாழ்வின் கொந்தளிப்புகளை கடந்த உயர்நிலைகள்

5	All These Things Added	வேண்டுவன யாவும் கிட்டும்	
5.1	Entering the Kingdom	சுவர்கத்தின் நுழைவாயில்	
5.2	The Heavenly Life	சுவர்க வாழ்வின் தன்மைகள்	
6	Above Life's Turmoil	வாழ்வின் கொந்தளிப்புகளை கடந்த உயர்நிலைகள்	250/-
7	Men and Systems	மனிதர்களும் அமைப்புகளும்	
8	Mastery of Destiny	விதியை நிர்ணயிக்கும் ஆற்றல்	
9	From Passion to Peace	உணர்ச்சிவேகம் முதல் நிம்மதி வரை	
10	Eight Pillars of Prosperity	வளமான வாழ்வைக் கட்டமைக்கும் எட்டு தூண்கள்	250/-
11	Through the Gate of Good or Christ and Conduct	நல்வாசலின் வழியே அல்லது கிறிஸ்துவும் நல்லொழுக்கமும்	150/-
12	Morning and Evening Thoughts	காலை மாலை சிந்தனைகள் (ஆங்கில மூலம்-தமிழ் மொழிபெயர்ப்பு)	200/-

13	Life Triumphant (Mastering the Heart and Mind)	வெற்றிகரமான வாழ்வு (மனதையும் இதயத்தையும் பண்படுத்தி ஆளுதல்)	220/-
14	Poems of Peace	நிம்மதியின் பாடல்கள்	250/-
15	The Shining Gateway	நேர்வழியின் சீரிய ஒளி	200/-
16	Light on Life's Difficulties	வாழ்வின் பிரச்சினைகள் மீதான ஒளிவீச்சு	
17	As a Man Thinketh	மனிதன், அவன் எண்ணங்களின் நிரலாக்கம்	
18.1	The Path to Prosperity	வளமான வாழ்விற்கு இட்டுச் செல்லும் பாதை	
18.2	The Way of Peace	நிம்மதியின் வழி	
19	Divine Companion	தெய்வீக உறுதுணை	
20	Meditations For Everyday of the year	தியானங்கள் ஆண்டின் ஒவ்வொரு நாளுக்கும்	

தொடர்புக்கு

வள்ளியம்மை பதிப்பகம்

மின்னஞ்சல்: arun2010g@gmail.com

வாட்ஸ் அப் எண்: 91-8939478478

வாழ்வின் கொந்தளிப்புகளை கடந்த உயர்நிலைகள்

குறிப்புக்கள்;-